અંતરન

(કાવ

સંપાદક

અંકિત ચૌધરી 'શિવ'
કૌશિક શાહ

પ્રાપ્તિ સ્થાન

અંકિત ચૌધરી 'શિવ'
સંપર્ક - 9737023695

પ્રકાશન

નિર્મોહી પ્રકાશન
મહેસાણા, ગુજરાત
સંપર્ક - 9737023695
nirmohipublication@gmail.com

Antarnaad 04 : Anthology poetry collection

સંપાદક

અંકિત ચૌધરી 'શિવ'
કૌશિક શાહ

પ્રકાશન

નિર્મોહી પ્રકાશન
મહેસાણા, ગુજરાત
સંપર્ક - 9737023695
nirmohipublication@gmail.com

પ્રથમ આવૃત્તિ - 8th ઑક્ટોબર 2024

મૂલ્ય - Rs. 250/-

આવરણ -

લે આઉટ/ ટાઇપ સેટિંગ - 5.5*8.5

મુદ્રક - નિર્મોહી પ્રકાશન 9737023695

 **અર્પણ**

જેમનું તન-મન નિર્મોહી છે, જેમના માટે દીકરા એમનું ધન છે,
જે નિર્મોહીનો બુલંદ અવાજ છે, એવાં ભારતી ભંડેરી 'અંશુ'ને
તેમના જન્મદિને સહર્ષ અર્પણ...

 સ્નેહની ઊર્મિમાં અંતરનો સ્પર્શ,
મમતાની મૂરતમાં જીવનનો અર્થ.
મૈયા યશોદા ને સંગ માતા દેવકી,
સમાઈ મા ભારતીમાં નિસ્વાર્થ.

નિર્મોહી પ્રકાશન

શબ્દોની ઉત્પતિ એ સરસ્વતીની દેન છે, ને તેમાંથી રચાયેલ સાહિત્ય વરદાન છે. નિર્મોહી પ્રકાશનની સ્થાપના અંકિત ચૌધરી 'શિવ' દ્વારા કરવામાં આવી છે. નિર્મોહી પ્રકાશનનો મુખ્ય ઉદ્દેશ શ્રેષ્ઠ સાહિત્યને વધુથી વધુ વાચકો સુધી પહોંચાડવાનો છે.

નિર્મોહી પ્રકાશનની ગૌરવપૂર્ણ સિદ્ધિઓમાંની એક અમારું તહેવાર વિશેષ સામયિક, 'નિર્મોહી - એક અવાજ' છે, જેમાં નામી-અનામી લેખકો અને કવિઓની ઉત્કૃષ્ટ રચનાઓ પ્રકાશિત કરવામાં આવે છે. અમે ઉચ્ચ-સાહિત્ય સુજ્ઞ વાચક સુધી પહોંચે એ માટે સતત પ્રયત્નશીલ રહીએ છીએ. જેથી લેખક અને વાચક વચ્ચે સુભગ સમન્વય જળવાઈ રહે.

આજ સુધી અમે ભારતીય બજારમાં 100 થી વધારે પુસ્તકો અને આંતરરાષ્ટ્રીય બજારમાં પ્રભાવશાળી 75 પુસ્તકો સાથે અમારી ઓળખ બનાવી છે. આમાનાં ઘણાં પુસ્તક શ્રેષ્ઠ વિક્રેતાના દરજ્જા સુધી પહોંચી ગયાં છે, જે અમે વિશ્વ સમક્ષ લાવવાનું કામ કરી રહ્યાં છીએ.

સાહિત્ય પ્રત્યે અમારી પ્રતિબદ્ધતા અતૂટ છે. ઉત્કૃષ્ટ કૃતિઓ આતુર વાચકો સુધી પહોંચે તે માટે અમે અમારી સાહિત્યિક સેવા ચાલુ રાખવાનો સંકલ્પ કરી રહ્યાં છીએ. તમે લેખક છો, વાચક છો કે પછી શબ્દોની સુંદરતાની કદર કરતાં શબ્દોના સાધક છો, અમે તમને નિર્મોહી પ્રકાશન સાથેની આ સાહિત્યિક સફરમાં જોડાવા આમંત્રણ આપીએ છીએ.

અમારા પ્રકાશનનું અન્વેષણ કરવા, અમારા લેખકો સાથે જોડાવા અને સાહિત્યની દુનિયામાં તમારી જાતને લીન કરવા માટે નિઃસંકોચ અમારી સાથે જોડાઈ શકો છો. અમારા સાહિત્યિક સમુદાયનો એક ભાગ બનવા બદલ તમારો આભાર.

સાહિત્ય સંગીતનું વિશ્વ

'સાહિત્ય સંગીતનું વિશ્વ' ગ્રુપનો આરંભ ૨૦૨૦ના દશેરાના પાવન દિવસે કર્યો હતો.

ત્યારથી માંડીને જોતજોતામાં લગભગ બેતાલીસ હજાર કરતાં વધુ સભ્યો ગ્રુપ સાથે જોડાયાં એનો આનંદ છે.

કોવિડના કપરા કાળ દરમ્યાન જ્યાં સૌની બાહ્ય પ્રવૃત્તિ અટકી ગઈ હતી ત્યારે ઝૂમ મીટિંગોનું આયોજન કરીને સર્જકોને પોતાની મૌલિકતા દર્શાવતી અભિવ્યક્તિની તક આપવામાં આવી હતી.

આજે ચાર વર્ષ પૂર્ણ થવામાં છે, ત્યારે આટલાં વર્ષોની પ્રવૃત્તિ તરફ નજર કરીએ તો મન અતિ પ્રસન્નતા અનુભવે છે.

'સાહિત્ય સંગીતનું વિશ્વ' ગ્રુપે માત્ર સ્વકેન્દ્રી બની રહેવાનાં બદલે અન્ય સહયોગી ગ્રુપ તથા અખબારો સાથે જોડાઈને અનેકવિધ પ્રવૃત્તિ કરી છે અને આગળ પણ કરતું રહેવાનું છે.

ભારતીય સંસ્કૃતિના તહેવાર, રાષ્ટ્રીય ઉજવણી કે પાશ્ચાત્ય પ્રણાલીને ધ્યાનમાં રાખીને વિવિધ અખબારમાં ગદ્ય-પદ્યના વિશેષાંક પ્રકાશિત કર્યા છે. તેમજ એ તમામ પ્રકાશિત કૃતિઓનો સમાવેશ કરતી ઈ-બુક તૈયાર કરવામાં આવી હતી ને કરવામાં આવતી રહેશે. સાહિત્ય સંગીતનું વિશ્વ આયોજિત કાર્યમાં ભારત તેમજ ભારતની બહાર વસતાં ભારતીયો અતિ ઉત્સાહપૂર્વક ભાગ લઈ રહ્યાં છે.

વિશ્વાસ છે કે, આજે અને ભવિષ્યમાં 'સાહિત્ય સંગીતનું વિશ્વ' આપ સૌના સાથથી વધુ પ્રવૃત્ત રહેશે.

પ્રસ્તાવના

'નિર્મોહી એક અવાજ' અને 'સાહિત્ય સંગીતનું વિશ્વ' ગ્રૂપ થકી સમયાંતરે કાવ્યસંગ્રહ પ્રકાશનનું આયોજન કરવામાં આવે છે.

'નિર્મોહી એક અવાજ' ના સંચાલક, કર્તાહર્તા ભાઈ શ્રી અંકિત ચૌધરી ખૂબ હોંશીલા યુવાન છે. યુવાવયે પ્રગતિના પંથે પગ માંડ્યા પછી તેઓ અટક્યા નથી. ખૂબ ખંત અને ઉત્સાહપૂર્વક સતત આગળ વધવાની નેમ સાથે એક પછી એક કાવ્યસંગ્રહ પ્રકાશનનું અયોજન કરી રહ્યા છે.

સર્જકને પોતાનું સર્જન સ્વ પૂરતું સાચવીને બેસી નથી રહેવું. પોતાનું સર્જન સાહિત્યરસિક સ્વજન સુધી પહોંચે એવી અપેક્ષા હોય ત્યારે 'નિર્મોહી એક અવાજ' અને 'સાહિત્ય સંગીતનું વિશ્વ' 'એ તક આપતા આનંદ અનુભવે છે.

'અંતરનાદ કાવ્યસંગ્રહ ૨ અને ૩' નાં સફળ પ્રકાશન બાદ 'નિર્મોહી એક અવાજ' થકી ફરી એક કાવ્યસંગ્રહ પ્રકાશનનું આયોજન કરવામાં આવ્યું અને સર્જકોને મૌલિક પદ્ય રચનાઓ મોકલવા આમંત્રણ આપ્યું. 'સાહિત્ય સંગીતનું વિશ્વ' ગ્રૂપના સભ્યોએ એનો ત્વરિત પ્રતિસાદ આપ્યો અને અત્યંત ઉમંગભેર અલ્પ સમયમાં પોતાની કાવ્યરચનાઓ મોકલી.

અને ફરી એકવાર 'અંતરનાદ કાવ્યસંગ્રહ-૪' પ્રકાશનના પંથે છે ત્યારે ભાઈ શ્રી અંકિત ચૌધરી તેમજ 'સાહિત્ય સંગીતનું વિશ્વ' ગ્રૂપના સર્જકોને સમસ્ત 'સાહિત્ય સંગીતનું વિશ્વ' પરિવાર તરફથી અંતરથી અભિનંદન અને સફળતા માટે શુભકામના.

રાજુલ કૌશિક

સ્વીકૃતિ

નિર્મોહી પ્રકાશનના સંસ્થાપક શ્રી અંકિત ચૌધરી 'શિવ' દ્વારા 2021માં પ્રકાશિત થયેલ પ્રથમ સહિયારા કાવ્યસંગ્રહ અંતરનાદ 01ની સફળતા બાદ 2023માં અંતરનાદ 02 અને 03 કાવ્યસંગ્રહ 'નિર્મોહી પ્રકાશન' અને 'સાહિત્ય સંગીતનું વિશ્વ'ના સંપાદન હેઠળ પ્રકાશિત કરવામાં આવ્યા. જૂન 2024 માં બંને સંસ્થાનો દ્વારા અંતરનાદ 04 કાવ્યસંગ્રહ માટે વિચાર કરવામાં આવ્યો. જેની માટે સૌ પ્રથમ તો બંને સંસ્થાના અમે હૃદયથી ઋણી છીએ.

અંતરનાદ 04 કાવ્યસંગ્રહને સફળ બનાવવા માટે સહયોગ આપાવા બદલ રાજુલ કૌશિકનો અમે હૃદયથી આભાર માનીએ છીએ.

અંતરનાદ 04માં સમાવેશ કવિ અને કવયિત્રીઓને કેમ ભુલાય! જેમના સાથ અને સહકાર વગર આ કાવ્યસંગ્રહ શક્ય જ નહોતો. આ કાવ્યસંગ્રહમાં સમાવેશ તમામ કવિ અને કવયિત્રીઓનો હું હૃદયપૂર્વક આભાર માનું છું. તેમજ અંતરનાદ 04ને સફળ બનાવવા માટે યોગદાન આપનાર તમામ નામી-અનામી મિત્રોનો પણ હું હૃદયપૂર્વક આભાર માનું છું.

** લી. નિર્મોહી પ્રકાશન અને સાહિત્ય સંગીતનું વિશ્વ**

અનુક્રમણિકા

1. મનીષા અજય વીરા 'મન' (મુંબઈ) 01
2. નરેન્દ્ર કાંતિલાલ ત્રિવેદી (ભાવનગર) 04
3. ઈશ્વરી ડૉક્ટર 'ઈશ' (અમદાવાદ) 07
4. દેવેન્દ્ર રાવલ (વાંકાનેર) 10
5. લલિત અમૃતભાઈ પ્રજાપતિ (બોટાદ) 13
6. ભરત સાંગાણી (અમદાવાદ) 16
7. નિખિલ કિનારીવાળા (અમદાવાદ) 19
8. ભાવના આચાર્ય દેસાઈ 'ભાવુ' (મુંબઈ) 22
9. ડૉ. મનીષા પી. વ્યાસ (અમદાવાદ) 25
10. ડૉ. કાર્તિક આર. આહીર 'તબીબ' (અમદાવાદ) 28
11. જયશ્રી પટેલ 'જયુ' (વડોદરા) 31
12. કિરીટકુમાર પી. વાઘેલા 'સરતાજ' (વડોદરા) 34
13. હેતલ જાની (કોડીનાર) 37
14. સુધા જે. પુરોહિત, 'સ્વધા' (અમેરિકા) 40
15. નિશા દિલીપ સોલંકી 'નિકીમલય' (કચ્છ-ભુજ) 43
16. સુભાષચંદ્ર ચુ. ઉપાધ્યાય 'મેહુલ' (અમેરિકા) 46
17. દિલીપ સી. સોની 'ઝરૂખો' (અમદાવાદ) 49
18. હસમુખ બી. પટેલ 'હર્ષ' 'પરખ' (અમદાવાદ) 52
19. બીના આહિર 'ધરતી' (ભાવનગર) 55
20. લતાબેન ચૌહાણ 'સોનાવેલ' (ગોધરા) 58
21. છાયા શાહ (મુંબઈ) 61
22. જીતેન્દ્ર કાંતિલાલ શાહ (અમદાવાદ) 64
23. રેશ્મા પટેલ 'રેશમ' (સુરત) 67
24. હેતલ ગેડીયા (રાજકોટ) 70
25. ચૈતાલી જોશી 'ચૈત્રી' (અમદાવાદ) 73

અનુક્રમણિકા

26. ધનજીભાઈ ગઢીયા 'મુરલી' (નવસારી)	76
27. દર્શના હિતેશ જરીવાળા (સુરત)	79
28. ચંદ્રકાન્ત હરિલાલ માઢક 'ચંદ્ર' (રાજકોટ)	82
29. કોમલ યોગેશ હરસોરા (અમરેલી)	85
30. સુમિતા હીરપરા 'સુરીલી' (વડોદરા)	88
31. સુરમી બધેકા 'કૌસુમી' (મુંબઈ)	91
32. પ્રીતિ શાહ 'પ્રીતાર્ષ' (અમદાવાદ)	94
33. ગ્રીષ્મા પંડ્યા (અમદાવાદ)	97
34. મુકેશ પરીખ (અમેરિકા)	100
35. નેહા દેસાઈ 'ચાહત' (અમેરિકા)	103
36. સપના વિજાપુરા (અમેરિકા)	106
37. નરેન્દ્ર શાહ (અમેરિકા)	109
38. કેયુર પંચાલ (કેનેડા)	112
39. ખ્યાતિ જીગર દેસાઈ (અમદાવાદ)	115
40. દેવેન્દ્ર ભીમડા 'અભિદેવ' (ભરૂચ)	118
41. સુચિતા રાવલ 'સુચી' (અમદાવાદ)	121
42. મકવાણા નિતીનકુમાર 'ચકો' (સુરેન્દ્રનગર)	124
43. જસ્ટીન જ્યોર્જભાઈ પરમાર (આણંદ)	127
44. સુધા નરેશ દવે 'શબ્દ સુધા' (મુંબઈ)	130
45. રત્ના પટેલ જરીવાલા 'વિદુષી' (મુંબઈ)	133
46. જયશ્રી વાઘેલા (મુંબઈ)	136
47. શ્યામ ગોયાણી 'શ્યામ' (સુરત)	139
48. મૌલેશ બહાદુરશાહ પંડિત (અમદાવાદ)	142
49. રેખા નાકરાણી (નવી મુંબઈ)	145
50. બ્રિજલ કે. દેસાઈ (ગણદેવી)	148

અંતરનાદ 04

(કાવ્યસંગ્રહ)

1. મનીષા અજય વીરા 'મન' (મુંબઈ)

પરિચય

નામ - મનીષા અજય વીરા 'મન'
સ્થળ - મુંબઈ
સંપર્ક - 7303158868
ઇમેઇલ - manishaveera1995@gmail.com
પ્રકાશિત પુસ્તક - કચ્છી કાવ્યસંગ્રહ 1. મનમેડો 2021,
2. મનમોજ 2022
સન્માન - 1. નારી ગૌરવ સન્માન મહિલા સર્જક ૨૦૨૪
2. હસ્તાક્ષર કચ્છી સાહિત્ય શિરોમણી ૨૦૨૪

ગઝલ

આવો જરા જગને કહો એ રીત પણ સ્થાને હવે.
બાંધો સનમ નાતો તમે એ હીત પણ સ્થાને હવે.

રાચું નશામાં તુજ નયનનાં કામણે મહેફિલ ભરી,
સૂરા મળે પ્યાલી ભરીને ગીત પણ સ્થાને હવે.

કાળી અમાસી રાત પજવે ચાંદ તો હારે નહીં,
અજવાસ પૂનમનો મળે બસ જીત પણ સ્થાને હવે,

બેઠું કબૂતર આંગણે મોબાઈલે સંદેશ દઈ,
હામી ભરી ભીતર અડગ છે પ્રીત પણ સ્થાને હવે.

તકદીર ચમકી હાથમાં છે નામ પ્યારું આપનું,
'મન' દિલ ઠર્યું કંકોતરીએ મીત પણ સ્થાને હવે.

ગઝલ

ભીતરી ઈચ્છા સમજતાં આવડે,
તો જ લંકા પાર કરતાં આવડે.

પાંખ આપી ઉડ થઈ આઝાદ તું,
તક મળી સુંદર પકડતાં આવડે.

એક ખોબો ક્ષારનો જો પી શકે,
લાગણી ઓથે છલકતાં આવડે.

લાંચ રિશવતથી ઘણાં અજમાવશે,
પણ ખુમારી સંગ જીવતાં આવડે.

જો તને થાવું અમર એ આશ હો,
ધુપસળીની જેમ બળતાં આવડે.

પારકાં માખણ લગાવી ભાગશે,
રુધિર સાચું 'મન' પરખતાં આવડે.

2. નરેન્દ્ર કાંતિલાલ ત્રિવેદી (ભાવનગર)

પરિચય

નામ - નરેન્દ્ર કાંતિલાલ ત્રિવેદી
સ્થળ - ભાવનગર
સંપર્ક - 9429234243
ઇમેઇલ - nkt7848@gmail.com
પ્રકાશિત પુસ્તક - 1. જાસૂસ નવલકથા "પ્લેન હાઇજેકિંગ"
2. રહસ્ય નવલિકા સમૂહ "રહસ્યની સમીપે
3. સામાજિક નવલિકા સમૂહ મેઘ ધનુષના રંગો"
4. જાસૂસ નવલકથા "દૃશ્ય-અદૃશ્ય"
5. સામાજિક નવલિકા "યાદ એક સ્પર્શની

ગઝલ

સામે મળ્યા આંખો હસી ગાલો ઉપર ખંજન હતા
યાદો તણાં મનમાં છુપાયેલાં ઘણાં સ્પંદન હતા

માફી હતી આંખો મહી અપરાધ મારો એ હતો
આવ્યા હતા દિલડું ભરી આંખો થકી બંધન હતા

સહવાસના સોગંદ લઇ ચાલ્યા હતા પગથાર પર
જન્મો જનમ બંધન હતા સાક્ષી થઈ કંગન હતા

ઝગડો થયો તલભારના કોઈ હતા મનભેદ તો
આંખો મળી ભૂલી બધું પલકો મહી વંદન હતા

સગપણ હતા સમજણ હતી હરપળ હતી સાથે હતી
ભેગા થયાં જીવન તણાં ભારા બધાં ચંદન હતા

મૌન તૂટે તો ભલે

છોને ફેલાતા તરંગો, મૌન તૂટે તો ભલે
છે આ નાતા લાગણીનાં, દ્વેષ છૂટે તો ભલે

ઉઠે મનમાં સવાલો આ નવી પેઢી તણાં
કોઈ પાબંદી નહીં પ્રશ્નો એ પૂછે તો ભલે

એક ને એક અંકોડા મળી સાંકળ બને
હોય સંબંધો નકામાં, કોઈ ઘૂટે તો ભલે

ઝાંખરા, ઝાડી, ક્યાં કાયમ રહી આવી દશા
ક્યાંય તો પ્રેમ કુંપળ એક ફૂટે તો ભલે

કોણ જાણે કોઈનો, સહકાર છે ક્યાં સુધી
જિંદગી વ્હેણ છે, પટ કોઇ ખૂલે તો ભલે

3. ઈશ્વરી ડૉક્ટર 'ઈશ' (અમદાવાદ)

પરિચય

નામ - ઈશ્વરી ડૉક્ટર 'ઈશ'
સ્થળ - અમદાવાદ
સંપર્ક - 9898064354
ઇમેઇલ - doctorishwari@gmail.com
પ્રકાશિત પુસ્તક - 1. કાવ્ય સંગ્રહ "મનોરથ"
2. નવલકથા "તું જ છે ધબકારમાં"

ભવોભવની પ્રતીક્ષા લઇ

હૃદયના બંધ દરવાજે, ભવોભવની પ્રતીક્ષા લઇ,
જો નતમસ્તક ઊભી છે પ્રીત, પોંખી લે પરીક્ષા લઇ.

નયન છે બોલકાં બહુ ને અધર પર મૌનની ભાષા,
બિછાવી પ્રાણ રાહોમાં, વફા જીવે તિતિક્ષા લઇ.

પ્રણયના તાલ પર નાચે, સનમના નામ પર ગાતી,
રચે આલાપ ન્યારો, ધડકનો સરગમથી દીક્ષા લઇ.

થયો છે રદ, મિલનનો કેસ ઉપરની અદાલતમાં,
ફકત સંજોગ હાજર થાય છે, એની સમીક્ષા લઇ.

કરી લે કેદ શ્વાસોશ્વાસમાં, ચાહત ગુનો છે તો,
વિરહ આઝાદ ઘૂમે છે, વફાદારીની શિક્ષા લઇ.

શું છાપવું બાકી

પ્રણયના પૂરને નાથે, શું નાથવું બાકી?
વિધાતા જે લખી નાંખે, શું માનવું બાકી?

દુઆ કબૂલ છે મારી, છતાં ફરી પાછી,
નસીબમાં નથી જો તું, શું યાચવું બાકી?

લખું છું કોના વિશે હું, નકામું પૂછે છે,
ગઝલમાં છાપ છે તારી, શું છાપવું બાકી?

ગરીબ માતા જલાવે, એ રક્ત છે અંતિમ,
જઠરને ઠારવા માટે, શું બાળવું બાકી?

ફકત ભવન હતું પણ એ હવે શિવાલય છે,
છબી છે માતપિતાની, શું ટાંગવું બાકી?

4. દેવેન્દ્ર રાવલ (વાંકાનેર)

પરિચય

નામ - દેવેન્દ્ર રાવલ
સ્થળ - વાંકાનેર
સંપર્ક - 8320575164
ઇમેઇલ - devenelect@gmail.com

લાગણીનો હિસાબ

લાગણીનો હિસાબ શું આપું,
ને તને પણ ખિતાબ શું આપું.

પ્રેમ બાબત તું પ્રશ્ન જો કરશે,
તું કહે, હું જવાબ શું આપું.

હોય જો મહેક શ્વાસમાં તારા,
સાવ ફોગટ ગુલાબ શું આપું.

છે બધાંથી અદા અલગ તારી,
તો તને હું રુઆબ શું આપું.

આગ છે સ્પર્શમાં એવી તારા,
એટલે આફતાબ શું આપું.

સાદગી લાજવાબ છે તારી,
સાવ ખોટો નકાબ શું આપું.

તું મને એકવાર વાંચી લે,
પ્રેમની હું કિતાબ શું આપું.

કોરી રહ્યો છે

એક ખાલીપો સતત કોરી રહ્યો છે,
વાંસ માફક જાતને સોરી રહ્યો છે.

માંડ સમજણ જીવવાની આવી ત્યારે,
આ સમય પણ શ્વાસ સંકોરી રહ્યો છે.

થૈ અવશ જીવી રહ્યો છું એવી રીતે,
હાથ કોઈનો મને દોરી રહ્યો છે.

છે ઘણી ફરિયાદ મારાથી બધાંને,
ક્યાંક તો અંદાજ પણ તોરી રહ્યો છે.

તીવ્રતાથી હર પળોમાં જીવવું છે,
કાળ જીવનની પળો ચોરી રહ્યો છે.

જ્યાં ઘડી આટોપવાંની આવી સઘળું,
ત્યાં અચાનક પ્રેમ પણ મ્હોરી રહ્યો છે.

5. લલિત અમૃતભાઈ પ્રજાપતિ (બોટાદ)

પરિચય

નામ - લલિત અમૃતભાઈ પ્રજાપતિ
સ્થળ - બોટાદ
સંપર્ક - 9099930447
ઇમેઇલ - lalit.ap.prajapati@gmail.com

પહેલા કહી દઉં

મને ખોટો ધારો, એ પહેલા કહી દઉં
કરો કોઈ વિચારો, એ પહેલા કહી દઉં

પ્રેમ સિવાય દુનિયામાં છે કામ ઘણાં
તમે આંસુ સારો, એ પહેલા કહી દઉં

મજધારે છો ત્યાં સુધી જ હેમખેમ છો
મળે જો કિનારો, એ પહેલા કહી દઉં

બસ એક ભૂલની જ રાહ જોવાય છે
કરો કોઈ ઈશારો એ પહેલા કહી દઉં

દંભ, અહમ અને નિંદા વર્જિત છે
મારે ઘેર પધારો, એ પહેલા કહી દઉં

ઠઠારો

રોજ, ચેહરાના આ ઠઠારા વિશે શું કહું?
મારા દિલ, આ બિચારા વિશે શું કહું?

મજધારે આવીને શ્વાસ લીધો છે
ડુબાડતા એ કિનારા વિશે શું કહું?

અટકું કો' નામ પર ને પૂછે જો કોઈ?
એમને પછી હું, તમારા વિશે શું કહું?

ઘણાં સવાલોના જવાબ દઈ દેતા
એક તમારા એ ઈશારા વિશે શું કહું?

કોઈને પૂછશો તો અંદાજ આવશે
હું બીજું તો હવે મારાં વિશે શું કહું?

6. ભરત સાંગાણી (અમદાવાદ)

પરિચય

નામ - ભરત સાંગાણી
સ્થળ - અમદાવાદ
સંપર્ક - 7801917859
ઇમેઇલ - bharat_sangani@hotmail.com
પ્રકાશિત પુસ્તક - 1. વલ્લભવાણી રહસ્ય
2. ષોડશગ્રંથ સાર સંગ્રહ
3. કૃષ્ણ તારા વિના સૂનું સૂનું લાગે

હું શોધું છું

એક તૂટેલા ગ્લાસ જેવું છે મારું કાળજું,
જેમાં પોતાનું પ્રતિબિંબ હું શોધું છું.
આ કાળજું તો પીપળનું પાન,
તેની નસો જેવી શિરામાં વિષ્ણુ સહસ્ત્ર નામ છે.

એક ખાલી ગ્લાસ જેવું છે મારું કાળજું,
જેમાં ભરેલા છલોછલ પ્રેમને હું શોધું છું.
આ કાળજું ડાળીએ ઝૂલે,
મધુર સ્વરે ગૂંજતી કોયલની એ તાન છે.

એક અણબુઝાયેલી આગ છે મારા કાળજામાં
જેમાં જેને લગાડી આગ તેને હું શોધું છું.

એક ચાના ભરેલા કપ જેવું છે મારું કાળજું,
જેમાં પીવાઇ ગયું એ મારું અસ્તિત્વ હું શોધું છું.
આ કાળજું મોસમો બદલે,
ભીતરે તો એક સરખું મનન છે.

ભગવાનની અદાલતના મેજ પર ધડકે છે મારું કાળજું,
જેમાં મારા કર્મોને અનુકૂળ નવો દેહ માગું છું.
પંચતત્વે જો ભળું હું તો'ય શું?
તું જ તો સર્વનું સંધાન છે.

સૂરજની શીતળતા ભરી છે મારા કાળજામાં,
જેમાં બરફની ગરમી હું શોધું છું.

ગઢ ગિરનારનો અતિ રળિયામણો રે

ગઢ ગિરનારનો અતિ રળિયામણો રે,
ગર્જના કરતો ખેલે સિંહબાળ;
પગથિયે પગથિયે દેવના પરમાણો રે,
શિખરે શિખરે વાદળોનાં ઢાળ.

રાણકદેવીના થાપા શીલા પર દીસે રે,
સતીના શ્રાપે ધ્રુજયો ગિરનાર;
વાર્યો સતીએ પડતાં, હૈયે હીત વસે રે,
રહ્યો અડીખમ ઊંચો ગિરનાર.

સોરઠની ધરાને ગઢ જૂનો ગિરનાર રે,
જ્યાં સદા નિર્મલ વહેતાં નીર;
અફળ મનખો, ચઢ્યો ના ગિરનાર રે,
એમાં વસે નમણાં નર ને નાર.

હિમાલયથી જૂનો આ ગઢ ગિરનાર રે,
પરિક્રમા પુણ્યનું પોટલું બાંધે;
તળેટીએ નરસિંહ પ્રભાતિયાંનાં સૂર રે,
ગિરનારની ગાથાઓ હૈયું વીંધે.
ગઢ ગિરનારનો અતિ રળિયામણો રે....

7. નિખિલ કિનારીવાળા (અમદાવાદ)

પરિચય

નામ - નિખિલ કિનારીવાળા
સ્થળ - અમદાવાદ
સંપર્ક - 9429302530
ઇમેઇલ - kinariwalanikhil@gmail.com
પ્રકાશિત પુસ્તક - 1. જીવન દર્પણ

અનાયાસે

ઇચ્છું છું ઘણું બધું છતાં પણ, જીવનમાં ઘટતું ઘણું અનાયાસે
જાણું છું ઘણું બધું છતાં પણ, ધાર્યું નથી થતું ઘણું અનાયાસે

જો સમયને માપું છું છતાં પણ, થોડોક મોડો પડું છું અનાયાસે
તો ક્યારેક વગર પ્રયત્ન કરે પણ, આગળ પહોંચું છું અનાયાસે

જીવન હરીફાઈ માની છતાં પણ, જો હાર તો રહ્યો છું અનાયાસે
વળી અણસમજુ દોડ છતાં પણ, ક્યારેક જીત્યો છું અનાયાસે

વહેંચવા નીકળ્યો પ્રેમ છતાં પણ, પામતો ગયો ઘૃણા અનાયાસે
વ્યક્તિ અજાણી હોય છતાં પણ, હૂંફ મળી છે ઘણી અનાયાસે

પોતાના જેને માન્યા છતાં પણ, છેતરાયો એમનાથી અનાયાસે
પારકા જેને ગણ્યા છતાં પણ, સાથ નિભાવ્યો તેણે અનાયાસે

હિસાબો તો ગણ્યા ઘણા પણ, સઘળાં ખોટાં પડ્યાં અનાયાસે
અવળી સવળી ગણત્રીએ પણ, બાજી જીતી ગયો હું અનાયાસે

માનતો રહ્યો હું કરું છતાં પણ, કરનારો બીજો કોઈ અનાયાસે
એમને એમ અજ્ઞાન છતાં પણ, જીવન જીવી ગયો અનાયાસે

તું જીવનમાં આવી અને

તું જીવનમાં આવી અને જાણે, જીવનમાં બહાર આવી ગઈ
શુષ્ક એવી જીંદગી હતી મારી, એમાં હરિયાળી ફેલાઈ ગઈ

તું જીવનમાં આવી અને જોને, જીંદગી રંગથી ભરાઈ ગઈ
પ્રેમ અને હેતના રંગોથી જીંદગી, ખિલખિલાતી થઈ ગઈ

તું જીવનમાં આવી અને જાણે, પ્રેમરંગથી જિંદગી રંગાઇ ગઈ
અસ્તવ્યસ્ત એવી મારી જિંદગી, અચાનક એવી બદલાઈ ગઈ

તું જીવનમાં આવી અને જિંદગી મારી, રસથી તરબોળ થઈ ગઈ
સૂર વગરની બેસુરી એવી જિંદગી, સપ્તસૂર રેલાવતી થઈ ગઈ

તું જીવનમાં આવી ને જાણ્યું, આ જિંદગી પણ વહેતી થઈ ગઈ
સ્થિર પડી હતી એ જીવનનાવ, હવે પ્રવાહમાં તરતી થઈ ગઈ

તું જીવનમાં આવી અને જાણ્યું, જિંદગી પણ ઉત્સવ થઈ ગઈ
નિરસ પડી હતી જિંદગી મારી, નવપલ્લીત એ પણ થઈ ગઈ

તું જીવનમાં આવી અને જાણે, જીવનરથની સારથી બની ગઈ
હેતથી હાંક્યું મારું જીવનગાડું, જિંદગી મારી સફળ થઈ ગઈ

8. ભાવના આચાર્ય દેસાઈ 'ભાવુ' (મુંબઈ)

પરિચય

નામ - ભાવના આચાર્ય દેસાઈ 'ભાવુ'
સ્થળ - મુંબઈ
સંપર્ક - 9702295064
ઇમેઇલ - bhavnakdesai06@gmail.com

ચાલો, એક રમત પૂરી થઈ

હાથ થામી સ્નેહભરતીએ રમવાને ભેળાં થયાં,
હર્ષોલ્લાસે તાળી આપી એક રમત શરૂ થઈ.

જગને વિસરી શોર મચાવતાં નચિંત દોડતાં રહ્યાં,
લડતાં ઝઘડતાં ભેરું સંગે દાવ લગાવતાં રહ્યાં.

રિસામણાં-મનામણાં તો ચાલતાં રહ્યાં,
વહાલાંને ખુશ કરવા હારતાં પણ રહ્યાં.

મન-બુદ્ધિએ વાર્યા પણ ખરાં,
હ્રદયે ઉર્મિની ભીનાશે હાર્યાં.

પ્રેમ વિશ્વાસને સહારે મૌન રહ્યાં,
બદલાતાં રુપને અવાચક જોઈ રહ્યાં.

નજર સામે બાજી પલટાતાં દ્રઢસંકલ્પે,
પીઠ ફેરવી સામી કેડીએ વળી ગયાં.

લાગણીનાં મેદાનમાં એક રમત શરૂ થઈ,
જીવન મેદાનમાં એક રમત પૂરી થઈ.

સંબંધોમાં પણ કાંઈક આવું જ ને!
ચાલો, રમત એક પૂરી થઈ...

હ્રદયદ્વારે

પ્રેમમુદિત પાડેલાં પગરવ પારખી તો લે,
જરૂર શી ટકોરાની, સાદ આપી તો જો.

મૌન તાંતણે સમય બાંધી તો લે,
અવગણના, અપમાન વિસારી તો જો.

ગેરસમજથી બીડેલાં કમાડ ખોલી તો લે,
એકમેકને સમજી બાંધેલ ગાંઠ છોડી તો જો.

પાનખરે વિંધાયેલાં હૈયાંને હૂંફ આપી તો લે,
પ્રેમ સૌરભ, સ્પર્શે ફરી જીવી તો જો.

ભીની લાગણીની કુમાશ માણી તો લે,
સ્નેહની સરવાણી મહીં ભીંજાઈ તો જો.

સ્મિત હેઠળ છુપાયેલ અશ્રુ ઓળખી તો લે,
શબ્દ સ્નિગ્ધતાએ ઓગળી તો જો.

જીવન છે મેઘધનુષી આભા માની તો લે,
સંબંધસૃષ્ટિને પ્રેમરંગે સજાવી તો જો.

અનિશ્ચિતતા એ જીવનની સત્યતા સ્વીકારી તો લે,
એકવાર સંવેદનાસભર હાથ થામી તો જો.

9. ડૉ. મનીષા પી. વ્યાસ (અમદાવાદ)

પરિચય

નામ - ડૉ. મનીષા પી. વ્યાસ
સ્થળ - અમદાવાદ
સંપર્ક - 9428757317
ઇમેઇલ - mpvyas.email@gmail.com
પ્રકાશિત પુસ્તક - 1. મારી સાહિત્ય સરિતા યાત્રા

ભીનો સ્પર્શ

ક્યાંક કોઈ દરવાજે સાંકળ ખખડી છે;
એ આવશે જ એવી એંધાણી થઈ છે.

કોઈના પગલાંના ઉઠેલા સળવળાટે;
મનમાં હજારો પ્રશ્નોએ જડી ખડકી છે.

ઊંઘમાં આભાસ તારો સદા રહેતો પાસે;
છતાં આખા જન્મારાની દૂરી નિર્મી છે.

વાટ જોવું છું વહાલા તારા ભીના સ્પર્શની;
વળતી દઈશ હું વરસતી ચોમાસી હેલી.

દિલોમાં હતો ને રહેશે અમર પ્રેમ સદાયે;
ફક્ત આ કલેવરની અદલા બદલી છે.

વિરહી રણ વલખે મેહ

કરુણ આક્રંદ રુદન રણ રોજ રુવે;
એને ભવ ભીનાની નહિ જરી આશ.

જો કદીક ભવ ભૂલીને વરસે રણે મેહ;
જેવો વરસે એવો જ ભોંય ભૂ પીવે નેહ.

હો એની ભવોભવ જૂની પ્યાસ કેમ છીપે?
અફાટ કોરો ખારોપાટ ધોવા નિત વિરહી ઝૂરે.

વિરહી જીવન બેરંગ ને ભાગ્ય કોરું જડે,
એને ભીની વાદળી રણે ભૂલી ભટકી મળે.

પ્રેમવર્ષા જ્યાં મન મેલી તળબોળ પડે!
એનો નીતનવો લીલો સુખ સંસાર રહે.

10. ડૉ. કાર્તિક આર. આહીર 'તબીબ' (અમદાવાદ)

પરિચય

નામ - ડૉ. કાર્તિક આર. આહીર 'તબીબ'
સ્થળ - અમદાવાદ
સંપર્ક - 9510807017
ઇમેઇલ - kartikahir517@gmail.com

કૃષ્ણ ન થવાય

અગિયાર વર્ષે બાળપણ છોડ્યું, એમ ન કૃષ્ણ થવાય.
શાંતિ સ્થાપવા મથુરા છોડ્યું, એમ ન કૃષ્ણ થવાય.

નંદ અને યશોદા છૂટ્યાં, છૂટ્યું ગોકુળ, વ્રજ ગામ.
ગોકુળની વ્હાલી ગાવડી છૂટી, એમ ન કૃષ્ણ થવાય.

રાધાજીના રાસ છૂટ્યા, ગોવાળિયાના સાથ છૂટ્યા.
ગોપીયુનાં ગોરસ છૂટ્યા, એમ ન કૃષ્ણ થવાય.

યાદવોએ વેણ ન રાખ્યું, ને લડ્યા નીરને એ કાંઠ.
પરિવારનાં સ્વજનો છૂટ્યાં, એમ ન કૃષ્ણ થવાય.

ભીલનું રાખવા માન, એણે તો પ્રાચીએ છોડ્યા પ્રાણ.
એકલો બની ગયો છેલ્લે, એમ ન કૃષ્ણ થવાય.

સમજણ ઘણી પીરસી, ને સાથ પણ જબરો આપ્યો.
એણે મહાભારત વાવી ગીતા આપી, એમ ન કૃષ્ણ થવાય.

સિંહણ જેવી છો

શિકાર કરીને ફરતી, તું સિંહણ જેવી છો
ઉગતા સૂરજની પહેલી કિરણ જેવી છો

આમ તો તારી સુંદરતા શું આંકવી મારે,
વર્ષા પછીની તરબોળ ગાંડી ગીર જેવી છો.

હું બોલાવું તું ન આવે, આવે તો મનામણે આવે.
આવ્યા પછી મનભરી વરસતી, હેલી જેવી છો.

વાણીમાં મીઠાશને સગપણમાં પ્રેમાળ,
જાણે ગંગાના એ નિર્મળ નીર જેવી છો.

શાંત વ્યવહારે વહેતી ને મોહિત મોહમાં કરતી,
ચંદન જેવી સોહામણી, કસ્તુરી મૃગ જેવી છો.

11. જયશ્રી પટેલ 'જયુ' (વડોદરા)

પરિચય

નામ - જયશ્રી પટેલ 'જયુ'
સ્થળ - વડોદરા
સંપર્ક - 9833105184
ઇમેઇલ - miltaja05@gmail.com
પ્રકાશિત પુસ્તક - 1. બકો જમાદાર (બાળવાર્તા સંગ્રહ)
2. રંગત સંગત (બાળવાર્તા સંગ્રહ)

અણસાર આભાસ

બારી બહાર જોયું
આભને ઝરમરતું,
મન હરખાયું ને..
લંબાયો હસ્ત સ્પર્શવા..
એ સરસર ઝડીને..!

ત્યાં તો કડાકા કરતી,
દમકી દામિની ઝબકી..
કંપન છૂટ્યું દેહમાં,
પાસ તુજ છાંય ને
વળગી પડી મુજ કાયા;
વૃક્ષને જેમ વળગે લતા !

વાદળની ગર્જનાએ,
નેત્રો ખૂલ્યાં તો,
વરસ્યો ત્યાં હર્ષ કેરો,
વરસાદ! સ્વાદે તે,
આજ મીઠો ભાસ્યો,
જેમ તુજ છાંય.

મેહુલાના આગમને,
ટહૂક્યા મોરલા ને,
ચમક્યાં હૈયાનાં આભાસ!
બારી બહાર,
આભને ઝરમરતું જોતાં;
મન થકી સ્મિત ફરક્યું,
ઝરમર થતાં ચહેરો હર્ષાયો.

ત્યાં જ એક અણસારો સ્પર્શ્યો,
અહમને ઓગાળતો તે આભાસ,
પ્રેમના તે મિલન-વિરહની લાગણી
પલળી ગઈ ને બે બૂંદ ભળી ગયાં;
કેમ ન સમજ્યો તે? કેમ ન રોક્યાં?
મેઘના તે તાંડવ મારા આ અણસારે?
અરે! 'સ્મિત' તુજ આભાસ મુજ હૃદયે!

લાડલી

વાત તારી આજ કહેવી લાડલી.
સાંભળીને હુંય મહેંકી લાડલી.

આજ મોકો દીકરી થૈ તેં ધર્યો,
શોભતો વટ્ટ એમ જોયો લાડલી.

ચૌ દિશામાં વાહવાહી ગૂંજતી,
મૌન મારું બોલકું થયું લાડલી.

દીકરીઓ વ્હાલ છે મા-બાપનું,
ઠાઠ નિરાળો છે બિન્નું લાડલી.

'શ્રી' નિજાનંદી હસે છે હોંશથી,
આજ અંતરમાં વસી તું લાડલી.

12. કિરીટકુમાર પી. વાઘેલા 'સરતાજ' (વડોદરા)

પરિચય

નામ - કિરીટકુમાર પી. વાઘેલા 'સરતાજ'
સ્થળ - વડોદરા
સંપર્ક - 8511102561
ઇમેઇલ - vaghelakirit25@gmail.com

અગોચર સફર

નીરવ મન લઈને નિર્જન કિનારે ઊભો છું,
જાણે હું મારો જ આયનો લઈ ઊભો છું!

અગાધ મનમાં સ્ફુરે ના કોઈ જ અભાવ,
જાણે હું લખલૂટ ખજાનો લઈને ઊભો છું.

પથ ક્યાં હતો મુલાયમ જીવન સફરમાં,
કિનારાનેય ખબર છે હું કિનારે ઊભો છું.

સ્પર્શતી હવા પૂછે છે જીવન સફરનો મર્મ,
કહ્યું હવાને કે હું તારે સહારે જ ઊભો છું.

આભલામાં ટમટમે અગણિત તારલાઓ,
તારલાને કહ્યું કે હું કતારમાં જ ઊભો છું.

કલમને સહારે

કલમ વહે મારી શબ્દો નીતરે છે,
રૂંધાય ભીતરે એમ દર્દ છલકે છે.

ક્યાં લખ્યું કશું કે કાળજું કંપે છે,
ઝખ્મ ફરી ના જીવે એમ ઝંખે છે.

નયનના ચાતરે કોઈ ચીલો નવો,
નજર નજરથી કાગઝ ફફડે છે!

વ્યથા વિચારોમાંય વલોપાત કરે,
શબ્દો વેરીને જ વજ્રઘાત કરે છે!

જીવતર વહ્યું છે, શબ્દોને સહારે,
નિઃશબ્દ હું કબર પર ફૂલ ઊગે છે.

13. હેતલ જાની (કોડીનાર)

પરિચય

નામ - હેતલ જાની
સ્થળ - કોડીનાર
સંપર્ક - 7201952949
ઇમેઇલ - hetaljani999@gmail.com

વિચાર

ઘેરા પડ્યા છે પડઘા તમારા અહીં,
તમારા વિચારો ક્યાં છોડ્યા છે?

એકાંતને એકલતામાં સમેટી લાવ્યા છો,
જુઓ તો ખરા ક્યાં ઢસડી લાવ્યા છો.

શિખર તો ઘણું ઊંચું પહોંચાડ્યું છે તમે,
ડંકાની ચોટીમાં નામ વગાડ્યું છે અમે.

ગીત, ગઝલના સરનામા અમે જ આપ્યા છે,
કવિની રચના તો અમે જ ફેલાવી છે અહીં.

પાંખ તો આપી છે પ્રભુએ સરખી વેદના.
બસ પિંજરાના આકાર જુદા આપ્યા છે.

મુકત આકાશ ફેલાવી આવ્યા છો તમે.
પણ પરવાનગી કોની લાવ્યા છો તમે.

અમે તો ઊડવા આકાશમાં તૈયાર છે અહીં.
પણ પિંજરા કોના કોના લાવ્યા છો તમે.

વાસ્તવિકતા

વાસ્તવિક્તા તો હજુ એની એ જ છે
જરૂરિયાતનો માત્ર ફરક પડ્યો છે અહીં

દ્રષ્ટિ હજુ ક્યાં બદલાય છે દુનિયાની
નજરની ચાલાકી હજુ એની એ જ છે

લંબાવેલા હાથ હજુ ત્યાં જ પડ્યા છે
પગરવની આહટ માત્ર બદલાય છે અહીં

નેવેથી ટપકતી બુંદોને વરસાદ એનો એ જ છે
ખારાશ તો દરિયાની આંખોની બુંદમાં સમાય છે

પાતાળમાં છુપાયેલા મોતી હજુ ત્યાં જ છે
કાદવમાં ખીલેલું કમળ તો રગદોળાઈ જાય છે.

ઊંચાઈએ નામ લખવા પ્રયત્નો ઘણાં કર્યા છે,
સમાજ વેદનાના બંધનમાં ખેંચાઈ જાય છે

14. સુધા જે. પુરોહિત 'સ્વધા' (અમેરિકા)

પરિચય

નામ - સુધા જે. પુરોહિત 'સ્વધા'
સ્થળ - હોનોલુલુ, હવાઈ અમેરિકા
સંપર્ક - 9327870981
ઇમેઇલ - aumkarbindu@gmail.com
પ્રકાશિત પુસ્તક - 1. 'જય - અર્પણ' કાવ્ય સંગ્રહ

શરણ ઈશ્વરનું

સમજાય તો સમજ જીવ ઇશારો ઉપરવાળાનો
પાડશે એકલો જીવ તને, તું સમજ ઇશારો એનો

અકળ લીલા એની, કૃપા કરે ખસેડે ટેકા જીવના
જીવ જાણે મને દુ:ખ આપે, કયા જન્મના પાપ મારા

એકલો જીવ સ્વીકારે એકલતા, શરણે પ્રભુને જાય
કરી આર્તનાદ પોકારે, પ્રભુ લેજો બાળની તમે સંભાળ

દોડતો આવે ન રાખે ઉધાર, આર્તનાદનો આપે જવાબ
બસ એને હતી રાહ, કે ક્યારે સાદ આપે મારો બાળ

નરસિંહ, મીરા, દ્રૌપદીના એક પોકારે દોડ્યો ગોવર્ધનનાથ
રાખી સૌની લાજ સંસારમાં, ન કોઈની ભક્તિ ખાલી જાય

સ્વાર્થનાં સગાં મળ્યાં સંસારમાં, ન લે કોઈ જીવની સંભાળ
'સ્વધા' કહે પ્રભુ શરણ સાચું તમારું, જીવને થયું હવે જ્ઞાન.

માનવતામાં આવી ઓટ

મંદિરમાં વધતી ભીડ જોઈને પ્રભુ દુઃખી થાય છે
મનમાં વિચારે ભિખારીની સંખ્યા વધતી જાય છે

કોઈને મારું કામ નથી, સ્વાર્થ માટે ધક્કા ખાય છે,
સંસારી સ્વાર્થી ત્રિગુણાત્મક ગુણમાં લપેટાય છે.

ભૂલીને માનવતા, અમાનવીય કૃત્યો કરતો જાય છે
અંતર્યામી તને પણ છેતરતાં, કયાં એ અચકાય છે.

પાંચનું કરી દાન, પચાસ તારી પાસેથી લઈ જાય છે
ચાલાક સમજે પોતાને, તારા જ તને છેતરી જાય છે

મૂલ્યો માનવતાના ઘટ્યા, જોઈ 'સ્વધા' દુઃખી થાય છે
જાગ હવે તું હવે પ્રભુ, તારા તને બનાવીને જાય છે.

15. નિશા દિલીપ સોલંકી 'નિકીમલય' (કચ્છ-ભુજ)

પરિચય

નામ - નિશા દિલીપ સોલંકી 'નિકીમલય'
સ્થળ - કચ્છ-ભુજ
સંપર્ક - 9714508387
ઇમેઇલ - nikymalay@gmail.com

એમજ રહેવા દેજો

પાનની લીલાશ એમજ રહેવા દેજો.
અશ્રુની ખારાશ એમજ રહેવા દેજો.

આંખોમાં ખોડાયેલી સાવ 'એકલતા',
પાંપણે ભીનાશ એમજ રહેવા દેજો.

મારંમાર થઈને લડ્યો છું બહુ પ્રેમમાં,
લાગણીની લાશ એમજ રહેવા દેજો.

નિરાશામાં પણ ફસાઈ ગયો લથબથ,
નીકળી કોરી આશ એમજ રહેવા દેજો.

શબ્દોના વાદળ છૂટા પડ્યા નસીબે
અર્થનું આકાશ એમજ રહેવા દેજો.

પડકાર

જિંદગીને પડકારવાની વાત કરું છું.
સમયને થોડો ઠારવાની વાત કરું છું.

ગમતાનો ગુલાલ કરી લઈએ દોસ્ત,
શબ્દોને શણગારવાની વાત કરું છું.

મિલનમાં પણ તડપન જરૂર હશે,
અશ્રુઓ સારવારની વાત કરું છું.

હું તો લાગણી ભૂખ્યો માણસ છું,
સંબંધોને વધારવાની વાત કરું છું.

ભીતરમાં અગ્નિ ભડભડ સળગે છે,
જ્વાળાઓ ભરવાની વાત કરું છું.

મીરાનો એકતારો મળી જાય તો,
ઇચ્છાઓને મારવાની વાત કરું છું.

16. સુભાષચંદ્ર ચુ. ઉપાધ્યાય 'મેહુલ' (અમેરિકા)

પરિચય

નામ - સુભાષચંદ્ર ચુ. ઉપાધ્યાય 'મેહુલ'
સ્થળ - અમેરિકા
સંપર્ક - +1 610-698-9998
ઇમેઇલ - spandan1948@gmail.Com
પ્રકાશિત પુસ્તક - 'અભિવ્યક્તિ' (વાર્તા સંગ્રહ)

ક્યાં સુધી?

ભૂલથી આંસુને જ પુછી બેઠાં,
ક્યાં સુધી ખારાશ રાખીશ તું?
ઝૂક્યા નયનો ધીમે કહી બેઠાં,
તને હસી ન મળે ત્યાં સુધી હું.

અમે વહેતી નદીને પુછી બેઠાં,
ક્યાં સુધી સાગરને મળીશ તું?
પ્રવાહ સૌ હસીને બોલી બેઠાં,
થશે સાગર મીઠા કદીક તો હું.

આસમાનો વાદળને પુછી બેઠાં,
ક્યાં સુધી ધરાએ વરસીસ તું?
આસમાને વાદળો બોલી બેઠાં,
તૃપ્ત થાય ત્યાં સુધી વરસીસ હું.

અમે જલતા દિપકને પુછી બેઠાં
ક્યાં સુધી પ્રજ્વલિત રહીશ તું?
પ્રજ્વલિત દિપકો બોલી બેઠાં
હશે મુજમાં પ્રકાશ ત્યાં સુધી હું.

નિહાળ્યાં છે

મને આસમાનની ઊંચાઈ શેં બતાવો છો?
મેં અરમાનોને ગગને ચુમતાં નિહાળ્યાં છે.

મને પાનખરે ઉજડતાં ચમન શેં બતાવો છો?
મેં તો વસંતે ગુલશન મહેકતાં નિહાળ્યાં છે.

મને સરિતા વહેણમાં તરતાં શેં ડરાવો છો?
મેં સાત સમંદર ખેડતાં શીખીને માણ્યાં છે.

મને અમીરો તણાં મહેલો શીદ બતાવો છો?
મેં ઝૂંપડાંમાં લોકોને સુખો પામતાં જોયાં છે.

મને સૂમશાન રસ્તાઓથી શીદ મુંઝાવો છો?
મેં એવરેસ્ટના શિખરને સર કરતાં જોયા છે.

મને સુનામિના તોફાનથી કાં ગભરાવો છો?
મેં હસતા ગાલોનાં ખંજને તોફાન જોયાં છે.

મને ઉદધિએ ડુબતાં સદા શીદ ડરાવો છો?
મેં પ્રેમ સાગરમાં ડુબતાં ઘણાયને જોયાં છે.

મને ઈશ્વરના દર્શન મંદિરે નાહક કરાવો છો?
મેં ઈશ્વરને તો મારા અંતરાત્મામાં જોયા છે.

17. દિલીપ સી. સોની 'ઝરૂખો' (અમદાવાદ)

પરિચય

નામ - દિલીપ સી. સોની 'ઝરૂખો'
સ્થળ - અમદાવાદ
સંપર્ક - 8849122638
ઇમેઇલ - dsoni1949@gmail.com

અંધારૂ - અજવાળું

તમે આવ્યા પૂનમનો ચાંદ બની, અજવાળું જ વ્યાપે રોમેરોમમાં નિત,
સુહાની સફરના સપનો લઈ હું, યાદોનો સથવારો સંગે રોમેરોમમાં નિત,

પ્રેમગોષ્ઠીને લઈ વિચારવંતો હું, વાવાઝોડાઓના સંગે મિલન અટકે નિત,
રાત-દિવસ ઝૂરતો એકલતા ભોગવું, ના રસ્તો સૂઝે ના અશ્રુ અટકે નિત,

સમજાવ્યું નાદાન દિલને મેં ઘણું, ભૂલી જ જા બેવફાઈને નાદાન એ દિલ,
અશ્રુની હેલીએ પુકાર કર્યો, ના સમજ થઈ ગયું દર્દભર્યું નાદાન એ દિલ,

શોધું દિલના ધબકારે મિલનપંથે, ભાળ ના મળે વ્યાપ નિરાશાનો જ મળે,
સંદેશાની ચાતક ડોળે રાહ જોઉં, ઉર્મિઓને રોજ વ્યથાઓનો વ્યાપ મળે,

વેદનાના વમળોમાં વિક્ષિપ્ત પુરો હું, અજવાળે અંધકાર વીંટળાય જ મને,
અંધકારે શીતળતા ચાંદની જલન કરાવે, અનિલનો સ્પર્શ જ ભરખે મને,

પાગલતાનો નકાબ પહેરી ફરતો હું, પાત્રો રોજ નવા ભજવતો જ જાઉં,
વિરહગીત ગાતો "ઝરૂખો" નિત, અજવાળે હાસ્યના દ્રશ્ય ભજવતો જાય.

મને રોજ અંધારું તો બોલાવે જ....

સુંદરતા

આભાર પ્રભુ છે તારો ખૂબ, નવી સવારની સુંદરતા જોઈ રાજીપો,
તાજગી ભરી છે ઠાંસી ઠાંસી પ્રભુ તે, સુંદર સવાર જોઈ રાજીપો,

પ્રકૃતિના રંગોની સુંદરતા ભરે તાજગી, નયનથી દેખાય રંગ અનેક,
કણ કણની સુંદરતા પામવા, દ્રષ્ટિને કેળવો સંસારે નવરંગ અનેક,

સુંદરતા ભળી ફૂલોની સુગંધમાં, કવિની કવિતામાં,દિલના પ્રેમમાં,
સંગીતકારના સંગીતમાં, બાળકના નિર્દોષ હાસ્યમાં, મિત્ર મિલનમાં,

સુંદરતા પડઘાય પ્રેમિકાના ચહેરામાં, પ્રેમની મીઠી રંગીન યાદોમાં,
વરસતા વરસાદમાં, પ્રકૃતિની સુગંધિત ભીની માટીની યાદોમાં,

બાહ્ય સુંદરતામાં ઘેલું મન, શું પામી શકે આંતરિક સુંદરતાની શાન?
પૂનમના ચાંદની ભવ્ય સુંદરતા, શું તેમાં દાગ જુઓ તો પામી શકો?

ચિત્રણ કર્યું સુંદરતાનું ઇશ તે, કલમકારીથી પશુ-પક્ષી બનાવ્યા તે,
વિસ્મયથી મોહિ લે મન મારું, સુરીલો સ્વર સંગીતે આરૂઢ કર્યો તે,

સુંદરતા પામવા મનથી સુંદર બનો, પ્રકૃતિ નિરખી નવરંગી બનો,
વાહ કુદરત તારી સુંદરતા, બીજ ખિલાવી સુગંધિત રંગો બનાવ્યા,

માનવ સુંદર તારું મન ને કાયા, સુંદરતાનો તું અવનીએ શણગાર,
"ઝરૂખો" નિહાળે આત્મત્વને, પ્રભુ તું જ અવની પરનો શણગાર.

18. હસમુખ બી. પટેલ 'હર્ષ' 'પરખ' (અમદાવાદ)

પરિચય

નામ - હસમુખ બી. પટેલ 'હર્ષ' 'પરખ'
સ્થળ - અમદાવાદ
સંપર્ક - 9879202380
ઇમેઇલ - patelh166@gmail.com
સન્માન - "વિશ્વ સનાતન સંઘ" તરફથી કાવ્ય રત્ન
સન્માન પુરસ્કાર

'હર્ષ' સંગ રામનામ રંગત

નાસમજ માણસ જો સમજે કે જીવન એ રાખ છે,
તો પછી ખોટા કે ખરાબની ક્યાંથી થાય સંગત?

સમજે જો મન કે ઈશ્વરની ચાવીનું રમકડું માનવ,
તો ફરી વહેતી થાય ઘી-દૂધની નદીઓની પંગત.

શ્વાસ લેતું શરીર નિશ્વાસ બને ત્યારે એ રાખ,
અહીં જ રહી જવાની બધી ગણતરી મનઘડંત.

કોણ ગણકારે છે જીવનના બીજા પાસા મૃત્યુને?
મૃત્યુ આવે એ પહેલાં બનો માનવતામાં પારંગત.

જીવન મળતાં જ અંત લખાઈ જાય છે લલાટે,
સ્વીકારાય જો આટલું, તો કશું ના બને વિસંગત.

'પરખ' કહે સૌ કોઈને, ચાલો શંખનાદ કરીએ;
રાખ બનવાનું છે શરીર તો થાઓ સૌના અંગત.

જિંદગીનું એકમાત્ર અને શાશ્વત સત્ય છે મૃત્યુ,
જાગો, જગાવી દો, 'હર્ષ' સંગ રામનામ રંગત.

મને સાંકળો

રાહ જોઉં છું, હવે મને કોઈ કાગળ મળે;
તો આપણા સંબંધોની તરત સાંકળ મળે.

અને પછી બસ સંવેદનામાં ડૂબી જાઉં હું,
તને વાંચવાની જો કોઈ એકાદ પળ મળે!

અરે રક્ત તો ભટકે છે પ્રણયના જંગલે,
હવે તો બસ કાદવના કમળને ઝાકળ મળે.

કે પછી શું યાદના ટહુકે ભીંજાતા આ મોરને,
જળ નિતરતી આંખમાંથી કદાચ છળ મળે?

ગોઠવું છું જિંદગી, ઘર, સમયને સાંકળથી;
ભેદ જો સર્વેનો ખૂલે તો જરાક કળ મળે.

થાકી ગયો છે 'હર્ષ', અટારીએ ઊભા ઊભા;
ઉમ્રભરની પ્યાસી નિગાહને કાશ જળ મળે!

19. બીના આહિર 'ધરતી' (ભાવનગર)

પરિચય

નામ - બીના આહિર 'ધરતી' (લોકગાયિકા)
સ્થળ - ભાવનગર
સંપર્ક - 9998884525
ઇમેઇલ - binadangar16@gmail.Com
સન્માન - પ્રથમ પુરસ્કાર ભાવનગર લુહાર જ્ઞાતિ 1994

દિલાસો

દિલથી મળી છે ખુશીઓ ઘણી, ખુશીઓની પળ તું માણ્યા જ કર,
આશાઓ ઉરમાં તું ભરી લે નવી, મનથી મળે જે એ માણ્યા જ કર.

સપનાઓ તારા તૂટ્યા ઘણા, તો હાર બધેથી તું માન્યા ના કર,
જીવવું તારા હાથ ઉપર છે, તું રંગીન સપનાઓ જોયા જ કર.

કેટલાય છે આકાશે તારા ચમક્યા કરે છે એને તું જોયા જ કર,
હસ્તી રહે તારી આંખો સદા, રડતી કરી એને ભૂલ્યા જ કર.

પાંખો મળી ગઈ છે પ્રેમ તણી, શું રાહ હવે તું જોયા ના કર,
પિંજરું તારું હું ખોલી જ દવ, પંખી બનીને તું ઉડ્યા જ કર.

પ્રેમથી ભરેલો છે આ સંસાર, તને જીવવાનો મળ્યો છે આધાર,
ભૂલતા થયા એને યાદ ન કર, રસ્તે ઊભેલાને તું પામ્યા જ કર.

જે થવાનું હતું એ થઈ ગયું બધું, નાહકની ચિંતા તું કર્યા ન કર,
જિંદગીને જીવવાની કોશિશ તો કર, મારું થોડું તું માન્યા જ કર.

ફૂલની પથારી 'ધરતી' ઉપર કરી છે તું એના પર ચાલ્યા જ કર,
આંગણે તારા હું આવ્યો છું, તારા દિલનો દરવાજો ખોલ્યા જ કર.

કુદરતની રચના

કુદરત તારી રચના ભારી જાણે છે સૌ દુનિયા સારી,
કુદરત તારી લીલા ન્યારી માણે છે સૌ દુનિયા સારી.

સુખનાં આંસુ, દુઃખના આંસુ, આંખો એક જ જાણે,
હસતા રડાવે, રડતા હસાવે, આ તે કેવી દુનિયા સારી.

તનથી મળે, મનથી મળે, સ્વીકારી લ્યો તમને મળે જે,
ધાર્યા કરતા, વિશેષ આપ્યું, તોય માગે છે દુનિયા સારી.

કેટલાં ગયાં ને કેટલાં રહ્યાં, કેટલાં તારી સાથે ઊભા છે?
આવન-જાવન, રહેશે આતો, વાત કરે આ દુનિયા સારી.

મનનાં મંદિરીયામાં મેતો, મૂર્તિ છે રાખી છે એક તારી,
સાંજ–સવારે, આરતી ટાણે, નમે તને આ દુનિયા સારી.

ગંગા જેવી, પવિત્ર નદીઓ, તે તો સ્વર્ગથી હેઠે ઉતારી,
વહેતા કર્યા, નદીઓના પાણી, જાણે છે આ દુનિયા સારી

'ધરતી' સુની, અંબર સુના, સુના નદીઓના સાગર છે,
ક્યાંક અધૂરાને ક્યાંક પૂરા, માણે છે આ દુનિયા સારી.

20. લતાબેન ચૌહાણ 'સોનાવેલ' (ગોધરા)

પરિચય

નામ - લતાબેન ચૌહાણ 'સોનાવેલ'
સ્થળ - ગોધરા
સંપર્ક - 9904121305
ઇમેઇલ - clataben.k@gmail.com
સન્માન - માતા યશોદા એવોર્ડ

દયાની દેવી

હા.. હા.. મેં જોઈ છે,
રાત દિવસ નિરંતર,
સજડ નયને બસ,
આશિષ આપતી જ જોઈ છે.

હા.. હા.. મેં જોઈ છે,
મમતાની મૂર્તિ સદા સ્નેહાળ,
શ્વેત વસ્ત્રમાં સદા સોહામણી,
ભગવાન સરીખી જોઈ છે.

હા.. હા.. મેં જોઈ છે,
અગ્નિપથ હોય માર્ગ છતાં,
ઉની આંચ ન આવવા દેતી,
મા મમતાળી જોઈ છે.

હા.. હા.. મેં જોઈ છે,
દીકરી દીકરાને સરખા ગણતી,
પ્રમાણિકતા શીખવાડતી,
પ્રેરણાની મૂર્તિ જોઈ છે.

હા.. હા.. મેં જોઈ છે,
રણ સંગ્રામમમાં એકલી ઝઝૂમતી,
સત્યના પંથે ચાલતી તપસ્વીની,
તપતી ધરતી જોઈ છે.

હા.. હા.. મેં જોઈ છે,
સંતાનો ખાતર જીવન જીવતી,
દુઃખ સઘળા સંતાડતી,
પવિત્ર સરિતા સરીખી જોઈ છે.

હા.. હા.. મેં જોઈ છે,
સુખ સૌનું સદા ઝંખતી,
સઘળા ગુના સૌના માફ કરતી,
મા દયાની દેવી જોઈ છે.

હૈયે હામ રાખજે

ભરોસો રાખી ઈશ પર, હૈયે હામ રાખજે,
હિંમતે મર્દા તો મદદે ખુદા એ વાત માનજે.

સત્યની કેડીએ ચાલી, કર્મ હંમેશાં કરજે,
વિશ્વાસે ચાલજે, ફળની આશ ન રાખજે.

ધીરજ રાખજે, આશા અમર એ જાણજે,
કર્યું ક્યારેય વ્યર્થ નથી જાતું, એ યાદ રાખજે.

મળ્યો છે મોંઘેરો અવતાર, ઉજાગર કરજે,
બની શકે તો કોઈના આંસુ હરખે લૂછજે.

આત્મવિશ્વાસને જોરે ડગ કાયમ માંડજે,
વિશ્વાસે વહાણ ચાલે એ સદાય જાણજે.

21. છાયા શાહ (મુંબઈ)

પરિચય

નામ - છાયા શાહ
સ્થળ - મુંબઈ
સંપર્ક - 9819274952
ઇમેઇલ - chhayarshah62@gmail.com

તારામાં બસ હું જીવી લઉં

નથી કરવી કોઈ ફરિયાદ જીંદગી તને,
તારામાં બસ થોડું હું જીવી લઉં..
તૂટે ભલે સપનાની ઇમારત,
દિલમાં ફરી અરમાન મારા ચણી લઉં..
ચમકે ભલે ચહેરો સ્મિતના મેકઅપથી,
મળી જાય કોઈ અંગત તો આંસુ મારા ઠાલવી લઉં..
સમજાય છે કોઈ કોઈનું નથી પણ મળે જો સંબંધોની માટી,
લાગણીનું વાવેતર કરી લઉં..
ભલે સામાન્ય હોય આપણે પણ
જીવતાં જીવતાં ઓળખ મારી બનાવી લઉં..
જીવનથી મૃત્યુ સુધીની સફર છે "છાયા"
હૈયે ઈશનું નામ ધરી સારા કર્મોનું ભાતું બાંધી લઉં..

એવા છો તમે

ચહેરો તારો જોઉં ને આંખો મારી મલકાય,
એવા છો તમે..
લખવા બેસું ને શબ્દો મારા હરખાય,
એવા છો તમે..

ફાગણ આવે ને ઊડે ચહેરા પર ગુલાલ,
પ્યારના રંગમાં દિલ મારું ચિતરાય,
એવા છો તમે..

જીવનના ઉપવનમાં ખીલે વસંતની બહાર,
મીઠી યાદોના સંગીતમાં મન મારું લહેરાય,
એવા છો તમે..

ઉંમરની સંધ્યામાં તારી નટખટ ખીલે ધમાલ,
આંખોના પાલવમાં ઘડપણ મારું શરમાય,
એવા છો તમે.

22. જીતેન્દ્ર કાંતિલાલ શાહ (અમદાવાદ)

પરિચય

નામ – જીતેન્દ્ર કાંતિલાલ શાહ
સ્થળ – અમદાવાદ
સંપર્ક – 9898015056
ઇમેઇલ – jkshah1951@yahoo.com

આ જિંદગી

જેવી છે તેવી જીવું છું આ જિંદગી,
કદીક ચત્તી કદીક ઊંધી સીવું છું આ જિંદગી,
ક્યાંક જળ ક્યાંક મૃગજળ પામે છે આ જિંદગી,
ઝાંઝવાના જળ પાછળ દોડે છે આ જિંદગી,
થોડુંક સીધું ચાલીને પાછી વળે છે આ જિંદગી,
સુખની પળોમાં મહાલે છે આ જિંદગી,
દુઃખ પામતાં હાલે છે આ જિંદગી,
કદીક ખટ્ટી કદીક મિઠ્ઠી લાગે છે આ જિંદગી,
માણવી હોય ત્યારે માણો છો આ જિંદગી,
તકલીફ પડે ત્યારે જાણો છો આ જિંદગી,
સમંદરના મોજા ઉછાળે છે આ જિંદગી,
રેતીમાં વહાણ ચલાવે છે આ જિંદગી,
જીવવું હોય તો જિંદાદિલ છે આ જિંદગી,
મરવું હોય તો મડદાં સમ છે આ જિંદગી.

પિતા : દીકરીની નજરે

જ્યાં સુધી તમે છો મારા માટે હાજરાહજૂર,
મારી સૌ ચિંતા છે ચકનાચુર.

મારા સાદનો જ્યાં સુધી તમારો મને મળે છે
પ્રતિસાદ, ત્યાં સુધી મારે ચિંતા શું?

મારા જીવનની ગાડીને હાંકનાર હું, પણ મારી
ગાડીનું એક્સિલેટર અને બ્રેક તમે પછી મારે
ચિંતા શું?

મારી ગૃહસ્થી, વ્યક્તિત્વ અને પ્રોફેશન ને
બૅલેન્સ રાખવાનું શિખવાડનાર તમે પછી મારે
ચિંતા શું?

જીવનની ગાડીનું પહેલું સ્ટેશન સાસરું અને
પછી બીજું સ્ટેશન પિયર એવું શીખવાડનાર
તમે પછી સાસરા તરફથી મારે ચિંતા શું?

તમારામાં જે બેસ્ટ હોય તે સામેવાળાને આપો
તેવું શિખવાડનાર તમે પછી સમાજમાં મારા
સ્થાનની મારે ચિંતા શું?

તમારી સાથે સંકળાયેલ ને એવો દિલથી અને
ઉમળકા અને અભરકાથી આપો આવકાર કે,
તમારા ત્યાં જમવા આવવાની તેઓ રાહ જોતા
હોય તેવું શીખવનાર તમે પછી મને મારી સાથે
સંકળાયેલની ચિંતા શું?

23. રેશ્મા પટેલ 'રેશમ' (સુરત)

પરિચય

નામ - રેશ્મા પટેલ 'રેશમ'
સ્થળ - સુરત
સંપર્ક - 9574781941
ઇમેઇલ - reshmapatel11711@gmail.com
પ્રકાશિત પુસ્તક – ઝઝબાત - એ – જિંદગી (your quote)

અમાપ

તું દરેક વખતે માંડે ગણતરીઓ ને મને ગમે અમાપ વરસવાનું,
જિંદગીમાં ક્યાં કદી જાણ્યું છે કે ક્યારે છે અટકવાનું?

કામ વગર પણ ક્યારેક હસવાનું ને વળી જો ઉમટે આંખે ચોમાસુ તો શાને
લોકોથી ડરવાનું?

ખુલ્લા દિલે રડી લેવાનું અને લાગે કે વધી ગઈ છે મગજમારી, તો મગજ
વાપરી લડી લેવાનું.

જો જોડતાં હોય બે હાથ માફી માગવામાં તો કેટલીક વાર બે હાથ જોડી
ખોટાને ખોટું કહી દેવાનું!

જેવી ને જેટલી સમજણ છે એ એવું જ વિચારશે,
તેથી ક્યારેક પોતાને પણ માન આપી દેવાનું.

જિંદગીના દરેક વળાંક તો ભયજનક જ આવવાના "રેશમ",
પણ ક્યાં, કોના માટે, કેટલું, કેમ કરવું- ના કરવું એ પણ તો શીખી લેવાનું.

વાહ! રે માનવ

પૈસો તારો પરમેશ્વર અને તું પૈસાનો દાસ,
જો હોય ના તારી પાસે એ, તો થઈ જાય તું તો ઉદાસ.

દિલથી નાનો, પૈસાથી મોટો, એવો તારો પ્રાસ,
પાઈ પાઈનો હિસાબ જોડે, ભલે ને હોય તું તેના માટે ખાસ.

રૂપિયાથી તું બધું ખરીદે,
રૂપ, રજવાડું અને રાજ,
વધારે રૂપિયો રળતો રહે એવી રાખે હૈયે આશ.

તિજોરીની લક્ષ્મીને પહેરાવે છે રોજ ફૂલમાળા,
ને બહારની લક્ષ્મી સાથે તો કરે એ ચેનચાળા.

ઘરની લક્ષ્મીનો તો ગાલ કરે છે લાલ,
ને ગણતો રહે વળી, નિજ તિજોરીનો માલ.

જગ આખામાં આવા લોભી છે ઘણાં,
જેના સંબંધોની યાદીમાં પડી ગયા કાણાં.

ગયા ભામાશા અને જગડુશાના જમાના,
છુટા મૂકી દીધા મા ભોમને માટે પોતાનાં ખજાના.

બદલાયો જમાનો ને દાનેશ્વરી પણ છે બદલાયા,
નાણાંના બદલામાં નામ પોતાના તકતી પર કોતરાવ્યા.

24. હેતલ ગેડીયા (રાજકોટ)

પરિચય

નામ - હેતલ ગેડીયા
સ્થળ - રાજકોટ
સંપર્ક - 8200494662
ઇમેઇલ - hetal01gedia@gmail.com

બીજું શું?

દેખાય મને રાહ જમાલ તું, બીજું શું?
કદમ હું ઉપાડું ને ચાલ તું, બીજું શું?

તપતા અંતરમનમાં વહે મીઠું ઝરણું;
એવો કંઈક કર કમાલ તું, બીજું શું?

એકલા તરાશે કેમ આ સંસારસાગર;
મધદરિયે પૂછ મારા હાલ તું, બીજું શું?

હતી કઠણ હૈયાની ધરતી સાવ વેરાન;
આંસુ સીંચીને પાડેલાં ચાસ તું, બીજું શું?

ઘેરી વળેલા ઉદાસીના કેટલાય અંધારાં;
સાંજના રંગોનો અજવાસ તું, બીજું શું?

જકડાયેલું છે જગ સ્વાર્થી સંબંધોમાં;
વરસતા હેતની એક આસ તું, બીજું શું?

સાંભળ...!!

ગીત સાંભળ તું ગઝલ સાંભળ
અંતરે ઊઠતો કોલાહલ સાંભળ...!!

રુધિર બની રગ રગમાં વહેતા
પ્રેમ ઝરણાંનો કલકલ સાંભળ...!!

મળવાને આતુર એકમેકમાં
બંને લહેરોનો તાલ સાંભળ...!!

છે પ્રીત પછીનો પહેલો અવસર
પ્રેમની કરી છે મેં પહલ સાંભળ...!!

કોટિ અડચણોમાંય પ્રેમપંથની
લાંબી કાપી છે મજલ સાંભળ...!!

જ્યાં પ્રેમમય હૃદયો લેતા શ્વાસ
સ્થાન એ અડગ અચલ સાંભળ...!!

અલૌકિક અનુભૂતિમાં વહેતો
પ્રવાહ નયનનો સજલ સાંભળ...!!

ચઢ્યા પછી કદી ન ઊતરે એવો
પ્રેમ રંગ એ અસલ સાંભળ...!!

25. ચૈતાલી જોશી 'ચૈત્રી' (અમદાવાદ)

પરિચય

નામ - ચૈતાલી જોશી 'ચૈત્રી'
સ્થળ - અમદાવાદ
સંપર્ક - 9427690148
ઇમેઇલ - joshichaitali79@gmail.com
સન્માન - મહિલા ગૌરવ એવોર્ડ 2023

ભૂલ

ઊતરતી જે વેદના શબ્દો થકી,
કે શું ભૂલ હતી એ એક કાગળ થકી,

જિંદગીથી વધુ ચાહ્યો જે તને,
કે શું ભૂલ હતી એ એક અંતર થકી...

કરવી છે આજે બહુ બધી ફરિયાદ,
કે શું ભૂલ હતી એ એક ઇચ્છાઓ થકી..!!

રાખતો તું જ અધરે અડાબીડ ધરીને...
કે શું ભૂલ હતી એ એક વાંસળી થકી...!!

પ્રેમ તો થયો હશે તનેય મારાથી ક્યારેક,
કે શું ભૂલ હતી એ એક રાધા જ થકી..!!

થઈને રહી ગયો બસ 'પરમેશ્વર' બનીને,
કે શું ભૂલ હતી એ એક અવતારના જ 'ભાર' થકી ...!!

ભીતર

આત્મીય થયા હતા ક્યારેક જે,
લાગણીઓ ભીતર પાળીને,
થઈ ગયા છે દૂર હવે એ,
એકલતા ભીતર પાળીને...!!

સ્વપ્નનું શું કરવું હવે જે,
રાખ્યું હતું ભીતર પાળીને,
વહેતું ગયું બસ આંખોથી એ,
વેદના ભીતર ભાળીને...!!

ઝાકળનું શું કરવું હવે જે,
ઉડી ગઈ તડકો ભાળીને,
ફૂલોની શી વાત કરું એ,
પી ગયું ગમ ઓગાળીને...!!

મળી હતી આંખો ચાર હવે જે,
શ્વાસને હૂંફમાં ઓગાળીને,
રહે છે બસ હવે લાલ થઈને એ,
લાગણીઓ રક્તમાં ઓગાળીને...!!

26. ધનજીભાઈ ગઢીયા 'મુરલી' (નવસારી)

પરિચય

નામ - ધનજીભાઈ ગઢીયા 'મુરલી'
સ્થળ - નવસારી
સંપર્ક - 9825222734
ઇમેઇલ - dhanjibhaigadhiya@gmail.com

નથી ખુશી મારી

નથી ખુશી મારી, આ કોમળ પુષ્પોમાં,
નથી ખુશી મારી, તેની અદ્ભૂત સુગંધમાં,
ખુશી મારી છે, તારા મોહક મધુર સ્મિતમાં,
તું સ્મિત ફરકાવતી મને ખૂબ સુંદર લાગે છે.

નથી ખુશી મારી, રોજ તારી વાટ જોવામાં,
નથી ખુશી મારી, તારાથી કાયમ દૂર રહેવામાં,
ખુશી મારી છે, તારા અતિ મધુર મિલનમાં,
તારૂં મિલન માંણવું મને ખૂબજ અદ્ભૂત લાગે છે.

નથી ખુશી મારી, તને પ્રેમમાં તડપાવવામાં,
નથી ખુશી મારી, તને પ્રેમમાં તરસાવવામાં,
ખુશી મારી છે, તારી તસ્વીર હૃદયમાં વસાવવામાં,
તારી તસ્વીરથી મારૂં હૃદય ખૂબ જ પ્રેમથી ધડકે છે.

નથી ખુશી મારી, તારા નકાબવાળા ચહેરામાં,
નથી ખુશી મારી, તારી સાથે અબોલા રાખવામાં,
"મુરલી" ની ખુશી છે, તારા મધુર શબ્દો સાંભળવામાં,
તારો શબ્દો સાંભળીને મને શાયર થવું ખૂબ ગમે છે.

મને ખબર હતી

મને ખબર હતી કે, તારાઓ સાથે મહેફિલ યોજાય છે,
ચંદ્રમાં તારો ચહેરો જોઈને, તને મળવાની ઈચ્છા થઈ જાય છે.

મને ખબર હતી કે, નજરથી નજર મળી જાય છે,
તારી સાથે નજર મળવાથી, પ્રેમના જામ છલકાઈ જાય છે.

મને ખબર હતી કે, દિલથી દિલ મળી જાય છે,
તારી સાથે દિલ મળવાથી, દિલની ધડકન તેજ બની જાય છે.

મને ખબર હતી કે, સુંદરતાના મોહમાં ડૂબી જવાય છે,
તારી સુંદરતા જોઈને, મારા મનમાં મદહોશી છવાઈ જાય છે.

"મુરલી" ને ખબર હતી કે, પ્રેમ ઈશ્વરની કયામત છે,
તું પાસે આવે ત્યારે, મનનો મયૂર ટહૂકા કરતો થઈ જાય છે.

27. દર્શના હિતેશ જરીવાળા (સુરત)

પરિચય

નામ - દર્શના હિતેશ જરીવાળા
સ્થળ - સુરત
સંપર્ક - 7016703527
ઇમેઇલ - darshanajariwala3@gmail.com
પ્રકાશિત પુસ્તક – An Untoward incident – અનન્યા

નથી હોતું

વફા બેવફા જેવું કશું નથી હોતું,
ચળકતા કાચ જેવું કશું નથી હોતું.

અંતરમાં ઘુંટાવો તો મૂંઝવણ વધે,
શાંતિ અશાંતિ જેવું કશું નથી હોતું..

રસ્તામાં ચાલો તો આખો કારવાં મળે,
હમસફર ના સાથ જેવું કશું નથી હોતું..

હોય ત્યારે હયાતીની કિંમત ઘટે,
શૂન્યથી કિંમતી પણ કશું નથી હોતું...

સંગાથે ચલો તોય ખાલીપો ખખડે,
એકલતાના સાથ જેવું કશું નથી હોતું..

આમ તો આખે આખો દરિયો મારો,
ડૂબો તો મજા તરવા જેવું કશું નથી હોતું.

મૌન

હૃદયના દરિયે હેતની ભરતી
ખાલીપાની ઓટ કહેવાશે નહીં..

તારું રિસાવું ને મારું મૌન થવું,
કિનારે ઉઠેલી સુનામી સહેવાશે નહીં..

હું કેમ કહું કે તું જ છે હૈયે
મારુ મૌન તને સમજાશે નહીં.

પ્રેમની પરિભાષા છૂપી છે અધરે
આંખોની ભાષા વંચાશે નહીં..

આકરી ઘણી વિદાય છે સફરની
ને અલવિદા તને કહેવાશે નહીં..

શબ્દે શબ્દોમાં છે વર્ણન તમારું,
વાક્ય રચનાની વ્યથા વંચાશે નહીં..

28. ચંદ્રકાન્ત હરિલાલ માઢક 'ચંદ્ર' (રાજકોટ)

પરિચય

નામ - ચંદ્રકાન્ત હરિલાલ માઢક 'ચંદ્ર' (નિવૃત્ત પોલીસ સબ. ઇન્સ્પેક્ટર)
સ્થળ - રાજકોટ
સંપર્ક - 8530688530
ઇમેઇલ - chmadhak19627@gmail.com

જીવનપંથના છાયા પડછાયા

જીવનપંથમાં ક્યાંક સરળ ફૂલોની કેડી ને ક્યાંક માર્ગ કઠણ કંટક
નોખા નોખા ને અનોખા રસ્તા જોવું છું,

જીવનપંથમાં ક્યારેક ખુશીનાં વાદળોમાં ઊંચે ઉડુ છું, તો
ક્યારેક દુઃખના મહાસાગરમાં ઊંડો ડૂબું છું,

જીવનપંથમાં કોઈ પાઈ પાઈ માટે મોહતાજ બની ગરીબીને કોશે
છે, જ્યારે કોઈ પાણીની જેમ પૈસા વાપરી અમીરી ને પોખે છે,

જીવનપંથમાં સબંધોમાં પારકા પોતાના બની જાય છે, જ્યારે
પોતાનાં હવે પ્રેમ લાગણીની કિંમત સ્વાર્થનાં ત્રાજવે જોખે છે,

જીવનપંથમાં સુખ દુઃખ પણ "ચંદ્ર" સૂર્યના છાયા પડછાયાની
માફક ક્યારેક હસીને ક્યારેક રડીને રમત ખેલે છે.

દ્રષ્ટિ એવી સૃષ્ટિ

કુદરતે પશુ-પક્ષી વનવગડા રચીને
આપી છે આ સુંદર સૃષ્ટિ,
માનવે નીત નવા કૃત્રિમ પ્રયોગો મહીં
જગ થયું દૂષિત કરી જાતે કુદ્રષ્ટિ,
આપ્યું છે ઈશ્વરે ઘણું અહીં કરે છે
સદાય અમી જળની વૃષ્ટિ,
કરી શોધોને માર્યા જાતે જ પગે કુહાડા
બગડી વિષમય મનની દ્રષ્ટિ,
વાંક નથી પૃથ્વીતણા માનવજનની
બગડી છે નીજમનની તુષ્ટિ,
દેશો મહીં છે અહંકાર અસંતોષ યુદ્ધો
કરી પારકું પડાવવા નથી કોઈ સંતુષ્ટિ,
"ચંદ્ર" સૂર્ય ગ્રહણના અંધકારથી
તેજોમય બને જે છે સુંદર પુષ્ટિ, છતાં
અંતે જેવી દ્રષ્ટિ એવી સૃષ્ટિ.

29. કોમલ યોગેશ હરસોરા (અમરેલી)

પરિચય

નામ - કોમલ યોગેશ હરસોરા
સ્થળ - અમરેલી
સંપર્ક - 7990475667

કૃષ્ણ રંગાયો

કૃષ્ણ તો કેસુડે રંગાયો, રાધાના પગે લાલ રંગ શાનો?
વિરહે રાધાના રક્ત વહ્યા, ફૂટ્યા કેસુડા ફાલ ફાગણનો.!

યાદ કૃષ્ણને ક્યાંથી આવે, રાણી-પટરાણીનો સંગાથ...
કોળિયે ક્યારેક યાદ આવે, રહ્યો ગોવાળ હું ગાયનો.!

વૃંદાવને રાસ રમ્યા 'તા, વૃંદ-વૃંદની ડાળીઓ ઊભી સૂકી...
ભીંજવે અશ્રુ આજે માધવ, રંગ શું ઉડશે ગુલાલનો.!

રાધા નામ લાગે જ પ્યારું, વહેતી પ્રેમની અવિરત ધારા...
બંસી હવે અધરે નહીં, રાધા નામે શ્વાસ ચાલે કૃષ્ણનો.!!

દુનિયાની કડી

એકલા જ બધું સહન કરવાની આદત તને શું એમ જ પડી,
કે, ઘાવ જરા વખોડી કોઈ ગણાવી ગયું હશે તને ઘડીએ ઘડી.

શું ભાર નહીં જીલાતો હોય કોઈએ કરેલા ગણેલા ઉપકારનો,
સ્વમાની એમ જ કોઈ બની જતું હશે, સાચવે પોતાની પાઘડી.

હાથ જોડી કરગરવું હજી પોસાય આ ખમી ખાધેલા ઘા એ,
ઈશ્વર ક્યાં છે, સામે જો માણસ છે તૂટીને બતાવ નહીં ને રડી.

હસી જઈશ તો ઘેલી, સ્થિર રહીશ તો પથ્થર, પડી માયકાંગલી,
અસ્તિત્વને જ જાલી રાખ, શોધીશ ક્યાં - ક્યાં દુનિયાની કડી.

30. સુમિતા હીરપરા 'સુરીલી' (વડોદરા)

પરિચય

નામ - સુમિતા હીરપરા 'સુરીલી'
સ્થળ - વડોદરા
સંપર્ક - 8980223943
ઇમેઇલ - sumitasagapariya@gmail.com

સાહિત્ય ખજાનો

કવિતા લખવા વર્ષો બાદ, આજે લીધી કલમ હાથ,
શોધું છું ગણના બંધારણ, કેમેય મળતો નથી પ્રાસ!

સોનેરી શબ્દોને શણગારવા, અદ્દભુત અલંકારો સાથ,
ઊભી છે ઉપમાઓ ઉડાણ ભરવા વર્ણોની આસપાસ!

અક્ષરમેળ, માત્રામેળ, વિચાર કરતી પડે નહીં કોઈ મેળ,
છંદ, દોહા, ચોપાઈ છૂપાય સાહિત્ય તારો સઘળો ખેળ!

મન મંથનમાં મંદરાચલ માથું મૂકીને માલે મદમસ્ત,
ગુંચવાયા ગણ, બળે બંધારણ, બન્યું છે અસ્તવ્યસ્ત!

સાહિત્યના સથવારે ગાવી ગુજરાતી ગૌરવની ગાથા,
'સુરીલી' સંગ ઓપતા અક્ષરો આભે અડાડે આજે માથા!

કેવો લાગે તું બિહારી?

જગનો છે તું પાલનહાર, રાધાને મન વસિયો ગિરધારી,
કરે છે વર્ણન સુરીલી તારી, કેવો લાગે મને તું બિહારી?

હૈયાનો ધબકાર, હેતની હેલી, રુદિયાનો રાજા લાગે છે તું
સુંવાળું મન, ખીલતું જીવન, પ્રેમની પરિભાષા જેવો જ તું!

કોયલનું કુંજન, ફૂલોની ફોરમ, માટીની મહેક જેવો છે તું,
મોરનો ટહુકાર, મેઘની ગરજાટ, વરસતી વાદળી જેવો તું!

દરિયાની ભરતી કે હોય ઓટ સાગરના ઘુઘવાટ જેવો તું
ઊગતો સૂર્ય કે હોય ચંદ્ર ગગનની ઝગમગાહટ લાગે છે તું!

પવનનો સ્પર્શ, જીવનનો હર્ષ, મનના સંઘર્ષ સરીખો છે તું
પ્રેમની ચાદર કે શબ્દોથી આદર, 'સુરીલી' શાયરી જેવો તું!

31. સુરમી બધેકા 'કૌસુમી' (મુંબઈ)

પરિચય

નામ - **સુરમી બધેકા 'કૌસુમી'**
સ્થળ - **મુંબઈ**
સંપર્ક - **9769484847**
ઇમેઇલ - **surmib18@gmail.com**

મને મળે

ક્યાં એવું કંઈ સ્પંદન મળે,
કે, વગર સ્પર્શનું બંધન મળે.
જોઈને પણ ના જોયું લાગે,
અધૂરું જ હર એક મિલન લાગે.

મળ્યા પછી પણ લાગે તલબ
એના વિરહથી કંપે હ્રદય,
ગતિ એની બઢતી લાગે.
પ્રીતિ એની વધતી લાગે,

ચાલ્યા સાથે તો સંગાથ લાગે.
થોભી જાય તો થાક લાગે,
જોઈ જરા લઉં નજર ભરી
ક્યાં એને ન મારી જ નજર લાગે.

કૌસુમી રંગ રાધામાં ભળે
જાણે લાગે વૈશાખી પવન
ખીલે મેઘનું યૌવન.
એમાં રાધાકૃષ્ણનું રાસરમણ.

અલૌકિક પ્રેમમાં તરબતર રાધા
કૌસુમી રહે કૃષ્ણરસમાં મગન

પતંગની વ્યથા, સ્ત્રીની કથા

સ્ત્રીની કથા એ જ પતંગની વ્યથા
પતંગ જેવી જ તો છું..... સ્ત્રી એક પતંગ જ તો છે

પતંગની જેમ જ સ્ત્રીને ક્યાં આઝાદી છે?
એની ડોર હંમેશાં કોઈકના હાથમાં જ રહે છે..

એ સ્વતંત્ર ઉડતી નથી...
એને કન્નીથી મપાય....
એને ફીરકીથી બંધાય....
એને માંજા સાથે જોડી દઈ આકાશમાં ઉડાવાય...
ને આંગળીના ટેરવે નચાવાય .....

સ્ત્રીને આઝાદી આપી ફીરકીથી, ઘર ગૃહસ્થી થી બાંધી દેવાય...

ઇચ્છા ન હોય તોય તારે કપાય જવાનું,
એમને મળી જાય તને લૂંટવાનું બહાનું ...

ઢીલ આપી દૂર કરે, ને ખેંચીને પાછી લઈ લે,
એમની સગવડ પ્રમાણે બસ તારે નાચવાનું..

ઉડી લે જેટલું જોઈએ, પણ તું પાછી જમીન પર જ પટકાવાની........
રાહ જોવાય છે તારા પેચના લાગવાની
બે ની લડાઈમાં તને અટકવવાની....

બહુ જ ઉમદા અદાથી કરે છે એ તારી નુમાઈશ
ટીચકીથી લે છે મજા તને નચાવવાની ..

તોય એને સ્વતંત્રતા નામ પર તારે તો કૈદ જ ભોગવવાની
પતંગ કહો કે સ્ત્રી બંનેની એક સરખી જ કહાની
"કૌસુમી" લૂંટાયા પછી બસ તને તો વિખી જ નાંખવાની....

32. પ્રીતિ શાહ 'પ્રીતાર્ષ' (અમદાવાદ)

પરિચય

નામ - પ્રીતિ શાહ 'પ્રીતાર્ષ'
સ્થળ - અમદાવાદ
સંપર્ક - 9825484913
ઇમેઇલ - shahpreeti751@gmail.com

'પ્રીતાર્ષ' કરે કાવ્ય પ્રસ્તુતિ

એકલા પડેલા અક્ષર કરી રહ્યા હતા ભક્તિ,
ભેગા મળી શબ્દો ઉમેરી રહ્યા હતા શક્તિ.

વિરામ પણ હોય અને હોય પૂર્ણ, અર્ધ પણ;
ચિહ્નો પણ કેટકેટલા? રચનાર માગે મુકિત.

વિસ્મય કેટલો પ્રશ્નાર્થમાં, સુલેખન પણ છે;
વિચાર વિસ્તારમાં પણ નોખી નોખી આસક્તિ.

છંદ અને અછાંદસ મહીં ગોથાં ખાતા કવિઓ,
અલંકાર છે મઢવાના માહેર રચનાની વક્રોક્તિ.

કલમ સંગ કાગળની જોડ શરુ થાય એકવાર,
તો સઘળા કરે નમસ્કાર એવી થાય સ્તુતિ.

જોતજોતામાં પંક્તિ બની ગઈ, અંતરા જોડાયા;
વિશ્વ કવિતા દિને 'પ્રીતાર્ષ' કરે કાવ્ય પ્રસ્તુતિ.

અબોલ સંગ ગાઈશું અમે

ના રહી માટી, ના ઝાડપાન, ક્યાં રહીશું અમે?
ઊંચા ટાવરો ને વિકીરણો, કયાં જઈશું અમે?

સજાવતા શહેરો અમારું તો બધું છીનવી લીધું,
ચોતરફના ધુમાડાઓમાં હવે શું કરીશું અમે?

ગામડાં કેટલા સરસ, અમારા ટોળેટોળાં રહેતા;
બંધિયાર થઈ ગયા શહેરો, શું ખાઈશું અમે?

વડવાંઓ તમારા અમને બોલાવતા, સંભાળતા;
મનની મોકળાશ ગઈ, કેવી રીતે જીવીશું અમે?

પ્રાર્થીએ અમે પણ સર્જનહારને કલરવ કરીને,
ફરી સતયુગ લાવી દે નાથ, વૃક્ષો વાવીશું અમે.

પૈસા ને સત્તાના ખેલમાં માણસે મન નાનું કર્યું,
મન મોકળા કરવા અબોલ સંગ ગાઈશું અમે.

33. ગ્રીષ્મા પંડ્યા (અમદાવાદ)

પરિચય

નામ - ગ્રીષ્મા પંડ્યા
સ્થળ - અમદાવાદ
સંપર્ક - 9426465198
ઇમેઇલ - grishmapandya123@gmail.com
પ્રકાશિત પુસ્તક - 1. અનુભૂતિ,
2. અવિરત,
3. અચાનક,
4. અંતરનો નાદ

ફરિયાદ

ના કોઈ ફરિયાદ કરું છું,
બસ ફરી ફરીને તને યાદ કરું છું!
ખોબા જેવડા જીવનમાંથી
ભલે દરિયા જેવડું વન વેઠયું!
છતાં ના કોઈ...
ભરતી કેટલીય જોઈ લીધી
ને ઓટ પણ સહજ સમજી લીધી!
પમરાટ વહેંચતા પુષ્પોમાંથી
ભલે કંટક સઘળાં છેદાઈ ગયા!
છતાં ના કોઈ...
મેઘધનુષ્ય ચીતર્યા છે પેલા
ગગન કેરાં ગોખમાં
કાળા ઘેરા વાદળોથી
ભલે સંતાય છે એ રંગો બધાં!
છતાં ના કોઈ...
વીરડી સમજીને પાણી ઉલેચ્યા
તો વમળ પેદા થવા લાગ્યાં!
સામે કાંઠે ઝુકાવ્યું 'તું તરવા
ભલે ઊંડી ગર્તામાં ખોવાઈ ગયા!
છતાં ના કોઈ...

જિંદગીનો હિસાબ

જિંદગીના ચોપડામાં નીતનવા પાનાં લખાય છે,
કેવાં બેહિસાબ એમાં હિસાબ મંડાય છે!

જીવંત કે મૃત એવા સંબંધોના ખાતા ખોલાય છે,
ખૂટી પડેલા સરવૈયાના તાળા ક્યાં મેળવાય છે?
લખચોર્યાશી ફેરા આ તો કોઈથી ક્યાં કળાય છે!

આવન ને જાવન એ તો કુદરતની કમાલ છે,
લાગણીઓના બીજ બધાં ઊંડે સુધી ક્યાં વવાય છે?

સંબંધોના મોલ બધા આંસુડે સિંચાય છે!
કામ, ક્રોધ મોહ, એના કર્મોથી અંકાય છે!
પ્રીતિની એ રીત સદાયે જુદી રીતે પળાય છે!

34. મુકેશ પરીખ (અમેરિકા)

પરિચય

નામ - મુકેશ પરીખ
સ્થળ - અમેરિકા
સંપર્ક - 9089221252
ઇમેઇલ - mparikh@usa.com

આટલું કરીએ

આવ આજથી નવી શરૂઆત કરીએ,
સહુથી અલગ એવી કોઇ વાત કરીએ.

બદલવી નથી રીત-રસમ આ જગતની,
માફક આવે આપણને એવી રીતભાત કરીએ.

મહાલી લઈએ ભીડથી જરા આઘા જઈને,
ચાલ સ્વની સાથે જ ટૂંકી મુલાકાત કરીએ.

જગને બદલવાની જવાબદારી લેવી નથી,
આવ પરસ્પર જ આપણી રજૂઆત કરીએ.

છુત-અછુત, આભડછેટને દઈએ તિલાંજલિ,
માનવતાથી છલકાય એવી એક નાત કરીએ.

ધિક્કાર-તિરસ્કારને મૂકી સાવ નેવે 'મુકેશ',
પ્રેમથી તરબોળ નિત્ય નવી પ્રભાત કરીએ.

કવિતાની પળોમાં

શબ્દો મઢ્યા છે કવિતામાં, હળવાશની પળોમાં,
ઊર્મિઓ ઉલેચી છે કવિતામાં, નવરાશની પળોમાં.

સંવાદ ઉતાર્યા છે કવિતામાં, ખામોશીની પળોમાં,
ખુશીઓ નીચોવી છે કવિતામાં, ઉદાસીની પળોમાં.

નૃત્યો નીતાર્યા છે કવિતામાં, સ્થિરતાની પળોમાં,
સ્તબ્ધતા સાચવી છે કવિતામાં, મસ્તીની પળોમાં.

ધન્યતા ઠાળવી છે કવિતામાં, દુર્દશાની પળોમાં,
ગમગીની સાચવી છે કવિતામાં, પ્રસન્નતાની પળોમાં.

મૃત્યુને વધાવ્યું છે કવિતામાં, જિંદગીની પળોમાં,
જીવન નીખરશે કવિતામાં, 'મુકેશ' મોતની પળોમાં.

35. નેહા દેસાઈ 'ચાહત' (અમેરિકા)

પરિચય

નામ - નેહા દેસાઈ 'ચાહત'
સ્થળ - અમેરિકા
સંપર્ક - +1 9736509670
ઇમેઇલ - ndesai98765@gmail.com
પ્રકાશિત પુસ્તક - ચાહતની નજરે

છું

દિશાહીન પતંગ જેમ, ભટકી ગયેલ છું,
જમાનાને એમ છે કે, છકી ગયેલ છું!

વિટંબણાઓનાં ઝેર છે, ગટગટાવ્યાં,
લાગે છે સૌને, કે, "શિવ" થઈ ગયેલ છું!

અસફળતાના રસ્તે, ચાલતાં ચાલતાં,
સફળતાના રહસ્યો, શીખી ગયેલ છું!

ચહેરા પર ચહેરો, રાખતાં સમાજમાં,
"જોકર" નું મહત્ત્વ, સમજી ગયેલ છું!

શબ્દોનાં જખ્મો, બહુ હોય છે ઊંડા,
મૌનનું મહત્ત્વ, હવે સમજી ગયેલ છું!

જીવાતું જીવન, બધાંની ઇચ્છાનુસાર,
ખુદને જ ખુદથી હવે, વિસરી ગયેલ છું!

જરૂરિયાત પ્રમાણે, સાચવતાં સંબંધો,
"ચાહત" નો માપદંડ હવે, શીખી ગયેલ છું!!

હોય છે

થોડી મીઠી, થોડી ખાટી હોય છે,
જિંદગી તોય, મજાની હોય છે!

સુખ-દુઃખ, આવ-જા કર્યા કરે છે,
કરેલાં કર્મોની, કહાની હોય છે!

પાનખરના કહો, ઢળતી ઉંમરને,
અનુભવોની એ, લહાણી હોય છે!

ઘટના એક, મંતવ્યો અલગ છે,
દ્રષ્ટિકોણની, બલિહારી હોય છે!

નાતજાતના વાડા, કે ધર્મની ઉપર,
સબસે ઊંચી હંમેશાં, પ્રેમ સગાઈ હોય છે!!

36. સપના વિજાપુરા (અમેરિકા)

પરિચય

નામ - સપના વિજાપુરા
સ્થળ - અમેરિકા
સંપર્ક - +1 (708) 860-2179
ઇમેઇલ - sapana53@hotmail.com
પ્રકાશિત પુસ્તક - 1. ખૂલી આંખનાં સપનાં
2. સમીસાંજનાં સપનાં
3. ઉછળતા સાગરનું મૌન
4. સ્મૃતિ સંપદા : જિંદગીકા સફર

આપું

કલેજાના ટુકડા ઊડવા ઊંચે ગગન આપું
અને ખુશબૂ પ્રસરે દૂર પાંખોમાં પવન આપું

રહેશે આ દ્વાર ખૂલાં સદા તારી પ્રતીક્ષામાં
તું મન ચાહે બેધડક આવજે દિલથી વચન આપું

સિતારા ને ચાંદ તારી હથેળીમાં સદા ઝૂમે
સુગંધથી મહેકતા હો તને એવાં ચમન આપું

સદા હસતો તું રહે હાથ ઉઠાવી દુઆ માગું,
જગત ભૂંસી ના શકે સ્મિત એ તારે વદન આપું

ચડે જીવનમાં પ્રગતિના નવા સોપાન ઉત્તરોત્તર,
થશે પૂરાં સર્વ સૂનેહરા સપનાં નયન આપું

ખજાના કોઇ નથી સપનાની પાસે દીકરા મારા
કદી ના કરમાય એવા હું શબ્દોના કવન આપું

શું કરું?

પ્રેમ ના હો તો નડીને શું કરું?
ને સમય સાથે લડીને શું કરું?

મૂલ્ય આંસુનું અહીં પાણી જ છે
લોક સામે હું રડીને શું કરું?

ઓળખી હું ના શકી જો જાતને
આ જગતને હું જડીને શું કરું?

મન ભટકતું હોય જ્યાં ત્યાં મારું તો
બોલ સજદામાં પડીને શું કરું?

આવવાનું કોઈ વચન આપ્યું નથી
રોજ સપને આખડીને શું કરું?

37. નરેન્દ્ર શાહ (અમેરિકા)

પરિચય

નામ – નરેન્દ્ર શાહ
સ્થળ – અમેરિકા
સંપર્ક – 8503589794
ઇમેઇલ – narendravanlila@gmail.com
પ્રકાશિત પુસ્તક – ચિર પ્રતીક્ષા (ટૂંકી વાર્તા સંગ્રહ)
સન્માન – પ્રેમાનંદ સાહિત્ય સભા વડોદરા તરફથી
કલાપી અંગે યોજાયેલી નિબંધ સ્પર્ધામાં પ્રથમ પારિતોષિક

શૂન્યાવકાશ

બે-ચાર ફૂલ, બે-ચાર આંસુ, બે-ચાર શબ્દો,
પછી ખાલીપાનો ઘડો દઈ સૌ ચાલ્યા જશે.
પછી હું ને ચારેકોર એકલતાનો અંધકાર,
અગ્નિ સંસ્કાર થશે ને રાખ અંતે વિખરાશે.
તે પછી બે-ચાર અસ્થિ સરિતામાં પધરાવશે,
ને પછી રહી સહી સ્મૃતિઓ જળ સમાધિ લેશે.
પ્રતિ સવારે "ચા ઠંડી થશે" નો રણકો સંભળાશે,
પગલાંનો અવાજ સંભળાશે, પણ કોઇ નહીં દેખાશે.
ખાલીપાનો ભાર બોજ બનીને રોજ બારણે વિખરાશે,
તમે મળ્યાનું સુખને, તમે ગયાનું દુઃખ રોજ વીંટળાશે.
સગાંના ટોળા વિખરાતાં સમય મલમ બની રુઝવશે,
તમે હતા એ સુખનો અહેસાસ પછી છેલ્લા શ્વાસે રુંધાશે.

110.

સોનેરી ક્ષણોના માંડવેથી

સમરું છું, એ રસભીના સમયની રસીલી, રંગીન ક્ષણો,
સમરું છું, એકાંત સભર ઓતપ્રોતની ચાસણી ક્ષણો.
તમે સ્પર્શોને લજામણીની જેમ બિડાઈ જતી એ ક્ષણો,
ચાંદની થઈ સ્પર્શો તમોને પોયણી બની જતી ક્ષણો.
અસમંજસ છતાંય તમારી ચાહતનીએ નશીલી ક્ષણો
જરા તરસતાં જ ઝરમર ઝરમર વરસી ઊઠતી એ ક્ષણો,
ઘણી અડચણો દ્વિધા સભર તોફાની સામાજિક ક્ષણો.
પ્રગાઢ પ્રણયની સુખી, જીવનથી છલ્લોછલ છલકાતી ક્ષણો.
તમારી પોલાદી મન થકી સપ્તપદીના માંડવે વિખરાતી ક્ષણો.
પંચોતેરે પણ પાનખરને પડકારે છે, પહાડ બની તમારી ક્ષણો,
હવે સમજાય છે જીવનનું સત્ય તમે જ જીવનની ભીની ક્ષણો.

38. કેયુર પંચાલ (કેનેડા)

પરિચય

નામ - કેયુર પંચાલ
સ્થળ - કેનેડા
સંપર્ક - +1 2897524459
ઇમેઇલ - kinancial@gmail.com

આંખો ઉઘડે

એક ટહુકાની મળે છાલક, ને આંખો ઉઘડે
હો સ્વપ્ન જેવું કશું લગભગ, ને આંખો ઉઘડે

સાંજ હો વરસાદથી ભીની, ઉદાસિત, યાદથી
હોય લીલાંછમ થવાની તક, ને આંખો ઉઘડે

એક ઇચ્છાને ઉછેરીને અમે મોટી કરી,
તું જીવન વિશે કવિતા લખ, ને આંખો ઉઘડે

હુંયે ઓળંગી શકું, ના તુંય ઓળંગી શકે
હોય એવી રેશમી સરહદ, ને આંખો ઉઘડે

આંખ ખુલવાથી લઈને આંખ મીંચાતા સુધી
હું તને જોતો રહું અપલક, ને આંખો ઉઘડે !

હશે!

જો લાગશે તો પીઠ પર શાબાશીનો ધબ્બો હશે;
લાગે નહિ જો તીર તો બસ કંઈ નહિ, તુક્કો હશે!

હો પ્રેમ કે થાળી, બધે રોમાંચ હોવો જોઈએ,
કાંદા વગરનો રોટલો, સારો ભલે, લુખ્ખો હશે.

તારા વગરની રાતને હું રાત શી રીતે કહું?
એ રાત, બસ, નિંદ્રા વગરનો ફક્ત તબક્કો હશે.

બારાખડી જેવું જ મન તારું બની જો જાય તો;
તો આ નિરક્ષર આપણું આખું શરીર કક્કો હશે!

જી હા, મને અંદાજ છે કે સહેજ કપડું કમ હતું;
જે પણ હશે ખિસ્સાં વગરનો, આપણો ઝભ્ભો હશે!

39. ખ્યાતિ જીગર દેસાઈ (અમદાવાદ)

પરિચય

નામ - ખ્યાતિ જીગર દેસાઈ
સ્થળ - અમદાવાદ
સંપર્ક - 6353759917
ઇમેઇલ - khyatikjd@gmail.com
પ્રકાશિત પુસ્તક - "ઋણાનુબંધ સંવેદનાની
અભિવ્યક્તિ"

વાત એક ઉના શ્વાસની

મીમાંસાના માર્દવમાંથી નીકળેલો હું શ્વાસ છું,
કોઈક માટે તે મીઠી સુવાસ, તો અન્ય માટે વપરાયેલો ઉચ્છવાસ છું.

ટીસની કરવતથી વિંધાયેલાં હૃદયનો, 'હું' આર્તનાદ છું,
સમજણને વરેલા જન માટે હું વેદનાનો ઝંકાર છું.

અણસમજુ જન માટે ફક્ત દેખાડાનો સાદ છું,
પરસ્પરના સમજણના સાયુજ્યના અભાવે વેરાયેલો અ:પ્રાસ છું.

વિશાળ સમાજ માટે ફક્ત બેબસને બેફિકર પ્રવાહ છું,
જીવાતા જીવન માટે નામ વગરનો હું ઉચ્છવાસ છું.

મારી ગતિથીજ વાગતું હોય છે, સફળતા અને નિષ્ફળતાનું લેબલ,
તેથી જ જીવનની ગતિનો 'હું' જ સૂત્રધાર છું.

હોઈ શકે!

શાશ્વત સંબંધોમાં થોડીક કડવાશ કે મીઠાશ અનુભવાય એવું બને,
ઝાંઝવાના નીર ક્યાં હાથમાં હોઈ શકે?

નથી શક્યતાઓ જે મળવાની કે પામવાની,
શમણાની સાથે ક્યાંક સંભાવનાઓ પણ હોઈ શકે?

આશાઓના દોર ઉપર વિકસતો માનવી,
શું, સફળતાનો નકશો તેની સરહદમાં જ હોઈ શકે?

ફળ પ્રાપ્તિથી થનગનતાં અહમ પ્રિય માનવી માટે,
નીચી ઇમારતનો ખ્યાલ કદી હોઈ શકે?

ઊંચે જ જોવા ટેવાયેલા માનવી માટે,
પ્રણયનો સમુદ્ર કદાચ પગમાં પણ હોઈ શકે?

નિસ્વાર્થ અને નિષ્કપટ ભાવે સંબંધ સાચવતો માણસ,
એવી વ્યક્તિ મારા જીવનમાં પણ શું હોઈ શકે?

40. દેવેન્દ્ર ભીમડા 'અભિદેવ' (ભરૂચ)

પરિચય

નામ – દેવેન્દ્ર ભીમડા 'અભિદેવ'
સ્થળ – ભરૂચ
સંપર્ક – 9426859282
ઇમેઇલ – adgazal01@gmail.com

માં તું વહાલનો દરિયો

ભાગ્યશાળી માનું છું કે હું તારી કુખે અવતર્યો.
માં તું વહાલનો દરિયો...
નવ - નવ મહિના ઉદરમાં રાખી, જતન જીવથી વધારે કીધું..
રડવાનો મારો સુર સાંભરી, પ્રસવનું દુઃખ ભૂલાવી દીધું...
તડકો - છાયો ભૂલી જઈને ઉછેર મારો કર્યો.
માં તું વહાલનો દરિયો.

ખેતર - પાદર કડીયાકામની, કાળી મજૂરી કીધી.
તકલીફ પડે ના મુજને લગીરે, બસ એની ચિંતા કીધી.
તારા પરસેવાનાં પાણીથી મુજને તે સંચર્યો.
માં તું વહાલનો દરિયો..

શું કરું તો ચૂકવી શકું, ઋણ તારું આ જન્મમાં?
માગું છું બસ એટલું કે, હર જન્મમાં મળે તારો ખોળો.
અળસઠ તીરથ મળી ગયા મને જ્યાં ચરણસ્પર્શ તારો કર્યો.
માં તું વહાલનો દરિયો....

તૂટેલી નાવ છે

છે સમંદર તોફાની અને તૂટેલી નાવ છે.
આ જિંદગી નામે શ્વાસનો ટૂંકો પડાવ છે.

તું ભભરાવ ના મીઠું ખબર પૂછીને મારી,
સારી રીતે જાણે છે કે તાજો જ ઘાવ છે.

સહેલાઈથી છૂટી શકે એવું નથી બંધન,
તમારા નામ સાથે બહુ અંગત લગાવ છે.

મળે છે દાદ ગઝલને એ બીજું કંઈ નથી,
બસ તમે આપેલા બધાં દર્દનો પ્રભાવ છે.

જે દેખાય છે "અભિદેવ" હકીકત એ નથી,
ભીતર ભભૂકે આગ ને ઉપરથી ઠરાવ છે.

41. સુચિતા રાવલ 'સુચી' (અમદાવાદ)

પરિચય

નામ - સુચિતા રાવલ 'સુચી'
સ્થળ - અમદાવાદ
સંપર્ક - 9624960400
ઇમેઇલ - ravalsuchita1775@gmail.com

મુલાકાત

નજર બદલાઈ ગઈ મુલાકાતમાં એની સાથે
કોણ જાણે? આગળ શું થશે આ વાતમાં!
નહોતું ગમતું ને જીવથી વહાલું થયું છે કોઈ
કોને ખબર? એ કોઈ કેવું હશે?
જીંદગી લગાવી દીધી છે તેના નામ પર
કોણ જાણે એ નામનો અર્થ શું હશે?
દીધું છે વચન સાથ નિભાવવાનું
કોણ જાણે એનો સાથ કેવો હશે?
દિલ દઈ દીધું છે અમે એમજ
કોણ જાણે? એ દિલની કદર એમને શું હશે?

તમે

ઘડીકમાં રિસાવું ખરાં છો તમે
ફરીથી મનાવું ખરાં છો તમે
ન પૂછો કશું કે ન બોલો કશું
અમસ્તાં મુઝાવું ખરાં છો તમે
ના આવો છો મળવા ના બોલાવો છો
અમારે ક્યાં જાવું, ખરા છો તમે
હતી ભાગ્યરેખા ભૂંસાઈ ગઈ
નવી ક્યાંથી લાવું, ખરા છો તમે

42. મકવાણા નિતીનકુમાર 'ચકો' (સુરેન્દ્રનગર)

પરિચય

નામ - મકવાણા નિતીનકુમાર પરમાભાઈ 'ચકો'
સ્થળ - સુરેન્દ્રનગર
સંપર્ક - 9624222873
ઇમેઇલ - nitinmakvana622gmail.com

તને શું ખબર?

નીકળી હતી તું મારી શેરીના રસ્તામાં
ઘર હતું મારું તે જ રસ્તામાં
તારી ક્યાં પડી નજર
તને શું ખબર?

આંખો રડી દિલ ભરાયું એની ક્યાં તને અસર
વીજળીના ચમકારા સાથે વરસાદ મારી ઉપર
તને શું ખબર?

તું તો છોડી ગઈ મને, બીજાની થઈ તને શેનો ડર
અમે તો હતા સાચા ચાહનાર મને તો કુદરતનો ડર
તને શું ખબર ?

થઈ ગયા તારા લગ્ન અને સારો હોય તારો વર
તે તો આપ્યો મને પ્રેમમાં દગો કુદરતના થવા દે ઘર
તને શું ખબર ?

એક તરફી પ્રેમ

અરીસાની સામે હું મારી જાત સાથે લડ્યો છું
તારા પ્રેમ માટે હું મારા મિત્રો પાસે રડ્યો છું

તારી સૂમસામ ગલીઓમાં હું તને ક્યાં નડ્યો છું
તારી સામું જોતાં જોતાં હું રસ્તા પર પડ્યો છું

નહીં ભુલી શકાય તને હું ક્યાંક અટક્યો છું
હવે તો કહી દેજો હું તમને પસંદ કરું હું પણ થાક્યો છું

43. જસ્ટીન જ્યોર્જભાઈ પરમાર (આણંદ)

પરિચય

નામ - જસ્ટીન જ્યોર્જભાઈ પરમાર
સ્થળ - આણંદ
સંપર્ક - 9825812816
ઇમેઇલ - jastinparmar88@gmail.com
સન્માન - શેઠ શ્રી ગિરધરલાલ સંસ્કાર કેન્દ્ર દાહોદ, દ્વારા પ્રતિભા એવોર્ડથી સન્માનિત

હૃદય

મળીને મને કેમ લાગે છે એવું, મળ્યાં છે આ હૈયાં ક્યારેક પહેલાં
કેવી છે પ્રેમની ઋતુ મજાની, ખીલ્યાં છે આ ફૂલો ચમનમાં મજાનાં
પાંગરતો કેવો છે પ્રેમ આ હ્રદયમાં, કહું કેમ તુજને હવે હું શરમમાં
ફૂટે છે કૂંપળ આ પ્રેમ ઉપવનમાં, ઉઠે મહોરી જાણે તારા હ્રદયમાં

રોજે મને કંઈક લાગે છે એવું, ધડકે હ્રદય કેમ કારણ વગર આ
આખી રાતો કેમ જાગી રહું હું, ચૂમી રહ્યું કોઈ આવી પવનમાં
આવી જગાડે મને કોઈ એવું, થાય છે હલચલ જાણે તનમનમાં
મીઠાં મધુરાં છે સપનાઓ મારા, મ્હાલી રહ્યું છે કેવું મારું મન આ

વ્હાલે ભરેલી કો પ્રેમ પીંછી એ, રંગો ભરે કોઈ આવી હ્રદયમાં
ફૂટી છે પાંખો આ સપનાને જાણે, ઊડવા લાગ્યું છે મન આ ગગનમાં
મોર બની આજ સપનાઓ નાચે, ટહુકાઓ એના ગૂંજે કેવા મનમાં
આંખોએ આંજીને રંગોને આજે, ખીલ્યું છે કેવું આજે ઉપવન આ

પહેલો પ્રેમ

પહેલો પહેલો પ્રેમ થયો છે, જીદ્દ કરે મન મારું
તું જીવનનો એક રસ્તો છે, ને તું છે સરનામું

રીતના જાણું રિવાજ ના જાણું, કેવળ તારો પ્રેમ જ ચાહું
ઝંખે છે બસ મન આ મારું, સપનાઓમાં પણ હું જાગું
ઉંમર કાચી કાયા નાજુક, નામ હવે બસ તારું વહાલું
ઇચ્છાઓને ક્યાં છે કાબૂ, પ્રેમમાં થઈ ચકચૂર હું મહાલું

ખેંચાઈને આવી ગઈ હું, લાગણીઓનું પુર આ કેવું.
ખુલ્લી આંખે જોઈ રહ્યો હું, સપનાનું આકાશ આ કેવું.
સંબંધોની પાંખે જાણે, ઊડવા લાગ્યું છે મન મારું
મલકાતા હોઠો પર કેવું, છલકાયે છે ગીત આ તારું

44. સુધા નરેશ દવે 'શબ્દ સુધા' (મુંબઈ)

પરિચય

નામ - સુધા નરેશ દવે 'શબ્દ સુધા'
સ્થળ - મુંબઈ
સંપર્ક - 9821122690
ઇમેઇલ - rnareshd@gmail.com

ધરતીની ફોરમ

ઉઠી આ ધરતીની ફોરમ ને
મન મારું મલકે મોઘમ મોઘમ
જોઉં છું કાળા વાદળની આડે રૂપેરી કોર
ને મન મારુ વરસાવે આનંદની છોળ
રીમઝીમ વરસાદ ના તાલે
મન મારું થાય રૂમઝૂમ રૂમઝૂમ
મોર, પતંગ, પુષ્પને કરું ભેરું
બસ બની જાવ નાનકડું છોરું
વીજળીની સાખે ઇન્દ્રધનુષની પાંખે અડકું હું આભને
કરું ચાંદ તારા સાથે ગોઠડી, હું જ મને લાગુ મીઠડી
તરુ તૃણ વૃક્ષે સજાવ્યા નવા વાઘા
ને જંગલની જુઓ કેવી થઇ શોભા !

નૂર

મારી બંધ પાંપણમાં એક શમણું છે
અને શમણું પણ જુઓ તો જરા કેવું નમણું છે
વસાવી છે તને યાદોમાં,
સજાવી છે તને ખ્વાબોમાં
આપું તને મારો હાથ અને
માગું જીવનમાં તારો સાથ
આપું તને પુરેપુરો સંસાર બાગ અને
માગું તારા પ્રેમનો ભાગ
નહિ કહું લાવીશ ચાંદ તારા
વસાવીશ તને દિલમાં મારા
નહિ કહું તું પરી છે કે હૂર
પણ તું તો છે મારા જીવનનું નૂર !

45. રત્ના પટેલ જરીવાલા 'વિદુષી' (મુંબઈ)

પરિચય

નામ – રત્ના પટેલ જરીવાલા 'વિદુષી'
સ્થળ – મુંબઈ
સંપર્ક – 9323582002
ઇમેઇલ – jariwalaratna@gmail.com

પતંગ-દોરી માનવજીવન પ્રતિક

પતંગ સંગ બંધાયેલી રંગબેરંગી દોરી,
પ્રેમ રંગે રંગાયેલી કો' નાર સુંદર નમણી!

દોરી થકી ટકે પતંગનું અસ્તિત્વ,
જીવનસાથી વિણ જેમ અધૂરું જીવન સત્વ!

દોરી મહીં કાચ નિધરિ પતંગ કેરી જીત,
કર્મોની ધાર કરે જીવનની હારજીત સુનિશ્ચિત!

ઢીલ મુકી પતંગ આંબે ગગન ઊંચાઈ,
શીખ દે ક્ષમારૂપી ઢીલ તળે સંબંધો પામે ગહેરાઈ!

ખેંચે જો દોરી ભરદોરે પતંગ જાય કપાઈ,
નાજુક લાગણીઓ તૂટે તો અહમ ત્યાગી કરવી ભરપાઈ!

દોરી તું છે પતંગ કેરા જીવનની તારણ,
બનતી ના નિર્દોષ પંખીડાં કેરાં મૃત્યુનું કારણ!

પામે ઊંચાઈ ગગન તણી, વિસર્જન પતંગનું નક્કી,
સમજે ઇશારો જો માનવી સુધરે જિંદગી પાક્કી!

દોરી-પતંગ દર્શાવે જાણે માનવજીવન તણી સચ્ચાઈ,
નર-નારીનું જીવન જાણે છે એની પરછાઇ!

સમયનું ચક્ર

સમયનું ચક્ર ફરી જાય જો પાછું,
પલકવારમાં બાળપણ પાછું હું પામું !

આંબલી-પીપળી ને ખો-ખો રમું,
ગોફણની દોરીએ નિશાન હું તાકું!

પિતા ક્રોધે બચવા,માના પાલવડે છુપાઉં!
બેના નાની ચાડી ખાય એની કિટ્ટા કરી દઉં!

બ્રીફકેસના બદલે દફ્તર ઝુલાવું,
મિત્રો સંગ બસ ધીંગાણું મચાવું!

હાથ ફેલાવી આસમાને બાથ ભરું,
સાઈકલનાં પહિયાં ઘુમાવી જગ ખુંદી વળું!

ક્રિકેટનું મેદાન માપી બોલ એવો ફટકારું,
બાઉન્ડ્રીની પાર કરી ફત્તેહ હું ટીમને અપાવું!

ઓફિસેથી આવી થાકનું પોટલું ફગાવી દઉં,
બાળકો સંગ રમતાં હું યે બાળક બની જાઉં!

બાળપણની યાદોનો પટારો ખોલી દઉં,
સમયનું ચક્ર ઘુમાવી જીવનને જીવંત કરી દઉં!

46. જયશ્રી વાઘેલા (મુંબઈ)

પરિચય

નામ - જયશ્રી વાઘેલા
સ્થળ - મુંબઈ
સંપર્ક - 9322361105
ઇમેઇલ - jayshreevaghelapoem1@gmail.com

સુંદરતા

સર્જનહારની કૃતિ છું
સ્ત્રી
અને તું સ્ત્રી પોતે સર્જનહાર.
તારી સુંદરતા ખીલે નવ માસ.
હાડમાસનો લોચો, તું ઘરે ઘરે સર્જનહાર.
તું ઉપમા ઈશ્વરની, તારી સુંદરતાના શું કરું વખાણ..
રૂપ તારું ખીલે સો કળાએ નવ માસ...
જાણે તું સર્જનહાર.
હાડમાસનો લોચો ને આપે સુંદર તન અને વિચાર,
તારી સુંદરતા ના શું કરું વખાણ..
પ્રસૂતિની પીડામાં, તું લાગે સુંદર..
તારી સુંદરતા ના શું કરું વખાણ..
તું ઉપમા સર્જનહારની..
હું કૃતિ સુંદર સર્જનહારની..
શું કરું તારી સુંદરતાનું અભિમાન....

શું લખું

આંખ ભીની, ને શું લખું.
શબ્દ લખું કે સ્પર્શ લખું.
દર્દ લખું કે હેત લખું.
ઝાઝી નહીં, થોડી વાત લખું.
યાદ લખું કે સ્મિત લખું.
રૂપ લખું કે શણગાર લખું.
ઝાઝી નહીં, થોડી વાત લખું.
સમુંદર લખું કે કિનારો લખું.
મોજામાં આલિંગન લખું.
ઝાઝી નહીં, પણ થોડી વાત લખું.
ઈબાદત લખું કે રૂહ લખું.
બોલ હવે શું લખું!

47. શ્યામ ગોયાણી 'શ્યામ' (સુરત)

પરિચય

નામ - શ્યામ ગોયાણી 'શ્યામ'
સ્થળ - શિવેન્દ્રનગર (હાલ સુરત)
સંપર્ક - 9825268856
ઇમેઇલ - shyamgoyani@gmail.com

પ્રથમ પ્રેમની પ્રથમ મુલાકાત

મારા પ્રથમ પ્રેમની એ પ્રથમ મુલાકાત હતી,
કોરા કટ હૃદયે પડતી સાવ નવી ભાત હતી.

આકર્ષિત થવાનું, આમ કોઈ કારણ નહોતું,
પણ આકર્ષિત થવું, કોઈનું અકારણ નહોતું,

ચકિત હું પણ હતો, એ પણ અજ્ઞાત હતી,
મારા પ્રથમ પ્રેમની એ પ્રથમ મુલાકાત હતી.

હોઠ ચૂપ રહ્યા, ને ફક્ત આંખોએ વાત કરી,
મારી હસ્તીને તે'દી તેની આંખોએ માત કરી,

નજરોના વારે, થઈ ઘાયલ મારી જાત હતી,
મારા પ્રથમ પ્રેમની એ પ્રથમ મુલાકાત હતી.

સપના સજાવ્યાં હતાં, મેં સપનામાં રહીને,
ઇશ્કમાં ડૂબ્યો હતો, લાગણીઓમાં વહીને,

હજી તો 'શ્યામ' પ્રેમની થઈ શરૂઆત હતી,
મારા પ્રથમ પ્રેમની એ પ્રથમ મુલાકાત હતી.

ફરી ફરીને યાદ કરી

તું કુરેજ નહીં જખ્મોને, ફરી ફરીને યાદ કરી,
શું વળશે દિલ તૂટ્યાની, કોઈને ફરિયાદ કરી?

પ્રથમ પ્રેમને ભૂલવાનું હોય છે અશક્ય, પણ,
શું વળશે કોઈ પાછળ જિંદગી બરબાદ કરી?

રસ્તો ભૂલાવી બીજાને, મંજિલ હોય મેળવી,
પામશો નહીં કશું કદી એમનાથી વિવાદ કરી.

લાગણીના રોપને બંજર દિલ પરના રોપવા,
અંકુર પ્રેમના ના ફૂટશે વ્હાલનો વરસાદ કરી.

શું વળશે 'શ્યામ' હવે એ વાતો બીજાને કહી?
કહેવાનું હતું જેને, ના કહીં શક્યા સંવાદ કરી.

48. મૌલેશ બહાદુરશાહ પંડિત (અમદાવાદ)

પરિચય

નામ - મૌલેશ બહાદુરશાહ પંડિત
સ્થળ - અમદાવાદ
સંપર્ક - 9977910935
ઇમેઇલ - maulеshpandit2507@gmail.com
પ્રકાશિત પુસ્તક - વારસો

વેણ

જીવતે જીવ બોલે કડવા વેણ
શ્રદ્ધાંજલિમાં બોલે મધુર વેણ

જીવતે જીવ ના પીરસ્યું પૂરતું ભાણું
મૃત્યુ પશ્ચાત બારમે કરાવે નાતને ભાણું

જીવતે જીવ ક્યારેય સાથે ના બેઠા
મર્યા બાદ બેસણામાં આખો દી બેઠા

જીવતે જીવ સુવાને ગોદડી ના પાથરે
મર્યા બાદ રેશમની સજ્યા પાથરે

જીવતે જીવ મોકાણ ગણી સતત ટોકે
ને સ્મશાન યાત્રામાં મોટી કાણ મૂકે

જીવતે જીવ હસ્તીની ના કરી કદી દરકાર
મૃત્યુ બાદ અસ્થિ વિસર્જન માટે બેકરાર

પૈસા

પૈસા કમાવા તો ડાબા હાથનો ખેલ છે
કમનસીબી એ છે કે જન્મથી જ જમણેરી છું

સૌ એમ કહે છે કે પૈસા તો હાથનો મેલ છે
એ માની સ્વચ્છ રહેવા એ મેલથી દૂર રહું છું

જમણો જમાડે ને ડાબો ડૂબાડે એવું સૌ માને છે
બધા કામ જમણા હાથે જ કરું છું, છતાં ડૂબેલો છું

હાથ હલાવ્યા વગર કોળિયો પણ મોં માં પેસતો નથી
આખો દી' હાથલારી ચલાવું છતાં કોળિયો ક્યાં પામું છું

હજાર હાથ વાળો બેઠો છે ને ના કર ચિંતા સઘળું આપશે
બસ એમાં મારો નંબર ક્યારે આવશે તેની ચિંતા કરું છું

49. રેખા નાકરાણી (નવી મુંબઈ)

પરિચય

નામ – રેખા નાકરાણી
સ્થળ – નવી મુંબઈ
સંપર્ક – 9867052402

પાઘડી

પાઘડી તું મસ્તકને સુંદર શોભાવતી. વ્યક્તિત્વનું કરતી
સન્માન. પાઘડી તું શા માટે ખોવાણી..
રાજા મહારાજની શાન ગણાતી,
દરબારોની કહેવાય વટદાર
પાઘડી તું શા માટે ખોવાણી..
પનીયુને પાઘડી બાંધે પટેલિયા
સન્માનનું પ્રતિક ગણાય પાઘડી તું શા માટે ખોવાણી..
પાઘડી પહેરી સૌ જાતાં ગામતરે
લાગે છે શોભાયમાન પાઘડી તું
શા માટે ખોવાણી..
સાફા ગયાને ગઈ પાઘડીયું
ટોપી તો ક્યાંક દેખાય પાઘડી તું શા માટે ખોવાણી.......

જીભ

જીભ તને કહેવું છે વારંવાર
બોલ તો વિચારી બોલ જે..
બત્રીશ દાંતની ડાબલીની વચ્ચે,
રહેતી તું રાતને દિવસ
બોલ તો વિચારી બોલ જે..
શબ્દોના બાણ તારા સાચવીને
મારજે. લાગે છે રુધિયા મોજાળ
બોલ તો વિચારી બોલજે..
નાની તું લાગતી બોલવામાં
હાથની. શબ્દોનાં તીરને સંભાળ
બોલ તો વિચારી બોલ જે..
વાણી વિવેકની સાથે તું ચાલજે.
તોછડી થતી નહિ જરાય
બોલ તો વિચારી બોલજે..
જીભ તને કહેવું છે વારંવાર
બોલ તો વિચારી બોલ જે.

50. બ્રિજલ કે. દેસાઈ (ગણદેવી)

પરિચય

નામ - બ્રિજલ કે. દેસાઈ
સ્થળ - સાલેજ, ગણદેવી
સંપર્ક - 9426660240
ઇમેલ - guzder.brijal1@gmail.com

આકાશે

આજે અંતર આ મારું ભીંજાય રે
આકાશે કાળી વાદલડી ઘેરાય રે.....(૨)

વાદળોનો ગડગડાટ, મોરલાનો થનગનાટ,
રુદિયામાં તરવરાટ થાય રે..... આકાશે ....

લીલુડો પાલવ ને મોલરૂપી ચૂંદડી મહી,
ધરતીનું યૌવન છલકાઈ રે..... આકાશે........

મોરલાનો ટહુંકાર, તમરાની સિસોટી,
આગિયાનો ચમકારો થાય રે... આકાશે........

સૂર્યકિરણ સંગ વર્ષા સથવારે,
મેઘ ધનુષ્ય મલકાય રે....... આકાશે.......

વર્ષામાં ભીંજાતા બાલુડાના બાળપણમાં,
ક્યાંક મારું બાળપણ ડોકાય રે....... આકાશે......

આજે અંતર આ મારું ભીંજાય રે,
આકાશે કાળી વાદલડી ઘેરાય રે.........(૨)

જિંદગી

જિંદગી છે એક શતરંજની રમત.
એક ડગલે દર્દ તો બીજે ગમ્મત.... જિંદગી......

કોઈ અહીં ભૂખથી બેહાલ છે,
તો કોઈ અહીં ખૂબ માલામાલ છે.
એક ડગલે એકલતા તો બીજે છે આખું જગત... જિંદગી........

કોઈ અહીં દુઃખથી પીડાય છે.
તો કોઈ અહીં ખુશીઓથી છલકાય છે.
એક ડગલે ખાલીપો તો બીજે મહેફીલની રંગત.... જિંદગી.....

રસ્તા પર અહીં કોઈનો નિવાસ છે.
તો કોઈનું આલીશાન આવાસ છે.
એક તરફ છે દુઃખ અંગત તો બીજે મિત્રોની સંગત..... જિંદગી..........

જેની પાસે છે એને જીવવાની સમજ,
તે જ જીતી જાય જિંદગીની રમત.
જિંદગી છે એક શતરંજની રમત.
એક ડગલે દર્દ તો બીજે ગમ્મત...... જિંદગી......